கைப்பேசி உண்டு...
கழிவறை இல்லை...

திருக்குமரன்

சத்யா

Title
Kaipesi undu kazhivarai illai
Thirukumaran

ISBN : 978-93-6666-832-1
Title Code : Sathyaa - 087

நூல் தலைப்பு
கைப்பேசி உண்டு...
கழிவறை இல்லை...

நூல் ஆசிரியர்
திருக்குமரன்

முதற்பதிப்பு
ஆகஸ்ட் 2024

விலை : ₹ 60

பக்கம் : 64

Printed in India

Published by
Sathyaa Enterprises
No.137, First Floor,
Choolaimedu,
Chennai - 600 094.
044 - 4507 4203

Email
sathyaabooks@gmail.com

உள்ளே...

1.	கைப்பேசி உண்டு... கழிவறை இல்லை...	4
2.	ஆலைக் கழிவுகளுக்கு எதிரான போராட்டம்	7
3.	கழிவு நீரால் மாசுபடும் நொய்யல் ஆறு	9
4.	மின்னணுக் கழிப்பறைகள்	11
5.	கழிப்பறைக்காக ஒரு தற்கொலை	13
6.	கழிப்பறை இல்லையேல் பணிநீக்கம்	15
7.	பயிற்சி தரும் கழிப்பறைக் கல்லூரி	17
8.	கழிப்பறை சுகாதாரம்	19
9.	சுகாதாரக் கழிப்பறை விழிப்புணர்வு	21
10.	சூழலியல் உலர் கழிப்பறை	25
11.	கழிவறைப் புரட்சி ஏற்படுத்திய சத்தீஸ்கர் மூதாட்டி	33
12.	கழிவறைத் தொழில்நுட்பம்	37
13.	உலர் கழிவறைகள் ஒழிக்கப்பட வேண்டும்	40
14.	கழிப்பறையும் வாழ்வியல் சிக்கல்களும்...	45
15.	முழு சுகாதார தமிழகம் எப்போது?	50
16.	கழிவறையை சுத்தம் செய்வது எப்படி?	54
17.	முன்னேறிய நாடுகளில் சுகாதாரக் கழிவறைகள்	58

1. கைப்பேசி உண்டு... கழிவறை இல்லை...

திறந்த வெளியில் மலம் கழிப்பது மனித சுகாதரத்துக்கு மிகப்பெரிய கேடு. இதனால் ஆண்டுதோறும் உலகில் 260 பில்லியன் டாலர் உற்பத்தி இழப்பு ஏற்படுவதாக உலக வங்கி கூறுகிறது.

மலத்தில் உள்ள கிருமிகள் காற்று, நீர், ஈ ஆகியவை மூலமாக குழந்தைகளின் கால் மற்றும் கைவிரல் நகங்கள் உணவு, குடிநீர் என எல்லா வகைகளிலும் தாக்கி வயிற்றுப்போக்கு, குடல்புண், வயிற்றில் கிருமிகள் ஏற்படுத்துகின்றன.

இதனால் போதுமான சத்துணவு சாப்பிட்டாலும் குழந்தைகளின் வளர்ச்சி குறைவாகவே இருக்கும். அவ்வாறே இந்தியாவில் இருக்கின்றது.

ஐக்கிய நாடுகள் சபையினால் நவம்பர் 19ம் தேதி 'உலகக் கழிப்பறை தினம்' என்று அனுசரிக்கப்படுகிறது.

உலகளவில் 25 கோடி மக்களுக்கு கழிப்பறை வசதி இல்லை. இருந்திருந்தால் ஆண்டுதோறும் 15 லட்சம் குழந்தைகளை இறப்பி லிருந்து காப்பாற்றி இருக்கலாம்.

இந்தியாவில் 61.5 கோடி பேர் திறந்தவெளியில் மலம் கழிப்பதாக 2011 மக்கள் தொகை கணக்கெடுப்பு தெரிவிக்கிறது. இது நம் மக்கள் தொகையில் 50 சதவீதத்தை விட அதிகம். நமக்கு கைப்பேசி முக்கியம் 59% இந்தியக் குடும்பங்களில் கைப்பேசி உள்ளது. ஆனால் 47% குடும்பங்களில் தான் கழிப்பறைகள் உள்ளன.

போதிய கழிப்பறைகள் இல்லை என்பது மிகவும் வருத்தமளிக்கின்ற விசயமாக இருக்கிறது. அதே போல குடிசைப் பகுதிகளில் கழிப்பறைகள், கழிவுநீர் வெளியேற்றும், குடிநீர் போன்ற அடிப்படை வசதிகள் இல்லை.

சொந்தக் குடிசைகள் கூட இல்லாத ஏழைகள் எங்கிருந்து 24 மணி நேரம் தண்ணீர் வரக்கூடிய கழிப்பறைகளை கட்டுவது என்ற கேள்வி எழலாம்.

மேலும் பல இடங்களில் அரசு கழிப்பறைகள் கட்டினாலும் அதற்கு தண்ணீர் வசதி செய்யாமல் இருப்பதால் அவை பயன்பாட்டில் இருப்பதில்லை.

பில்கேட்ஸ் பவுண்டேஷன் 'கழிப்பறை மறுபடி கண்டுபிடி' (Reinvent Toilet) என்ற திட்டத்தை மத்திய அறிவியல் துறையுடன் சேர்ந்து செயல்படுத்த துவங்கியுள்ளது. இதில் குறைந்த விலையில் கழிப்பறைகள் கட்டி தொடர்ந்து பயன்படுத்துவதற்காக புதிய யோசனைகள் கேட்கப்படுகிறது.

இதுபோன்றே நிறைய தொண்டு நிறுவனங்களும் இந்த கழிப்பறைக் கட்டித்தரும் முயற்சிகளில் ஈடுபட்டுள்ளன. பீப்பூ, சுலப், கிராம விகாஸ், சிராமாலயா போன்ற தொண்டு நிறுவனங்களை இதற்கு உதாரணமாகக் கூறலாம்.

ஒடிசா, மகாராஷ்ட்ரா போன்ற பல மாநிலங்களில் ஈகுடிர் என்ற தன்னார்வ நிறுவனம் கழிப்பறை பயன்பாட்டை விளக்கி, கழிப்பறை கட்டிக் கொடுத்து கிராம மக்களுக்கும் குடிசை வாழ் மக்களுக்கும் உதவி வருகின்றனர்.

ஏழ்மையை ஒழிப்பதற்காகவும், பசிக்கொடுமை போக்கவும் விலையில்லா உணவு தானியமும், குறைந்த விலை உணவகமும்

நடத்தும் அரசு, பொது சுகாதாரத்தை மேம்படுத்த கழிப்பறைப் பயன்பாட்டை அதிகரிக்க உடனடியாக தீவிர நடவடிக்கையில் ஈடுபட வேண்டும் என்பதே சமூக ஆர்வலர்கள் கருத்தாக உள்ளது.

'எல்லோருக்கும் சுதந்திரம்' என்ற திட்டத்தின் மூலமாக 1999ஆம் ஆண்டிலிருந்து குறைந்த செலவில் கழிப்பறை கட்டுவதற்கு மானியம் வழங்கி வருகிறது அரசு. இந்த திட்டத்தின் கீழ் தொகுப்பு கழிப்பறைகளும் கட்டித் தரப்பட்டன.

ஆனால் இவற்றில் தொடர்ந்து தண்ணீர் வசதி இல்லாததால் கழிப்பறைகள் பயன்படுத்தப்படாமலே போயின என்பதும் சோகமான ஒரு செய்திதான்.

திறந்தவெளி மலம் கழிப்பு இல்லாத கிராமப் பஞ்சாயத்துகளுக்கு மத்திய அரசு 'நிர்மல் புரஸ்கார்' விருதும் பணமும் கொடுக்கிறது.

ஆயினும் இத்திட்டங்களின் செயல்பாடுகளில் ஏராளமான குறைபாடுகளும், பயன்பாட்டின்மையும் இருந்து வருவதாக பல தரப்பிலும் குமுறல்கள் எழுவதை மறைக்க இயலாது.

2. ஆலைக் கழிவுகளுக்கு எதிரான போராட்டம்

தூத்துக்குடியில் ஸ்டெர்லைட் மட்டுமல்லாது அனல்மின் நிலையம் போன்ற மேலும் பல மாசுபடுத்தும் தொழிற்சாலைகளும் உள்ளன.

இதற்கு எதிரான போராட்டங்கள் நீண்டகாலமாகவே நடைபெற்று வருகின்றன. அண்டை மாவட்டங்களான திருநெல்வேலி, குமரி வட்டங்களில் ஆற்றுமணல், கடல்மணல் பாதுகாப்புக்கும் துறை முகக் கட்டுமானத்துக்கு எதிராகவும் போராட்டங்கள் விரிகின்றன.

தேனியில் நியூட்ரினோ எதிர்ப்புப் போராட்டம், கொடைக்கானலில் இந்துஸ்தான்லீவரின் பாதரசக் கழிவை எதிர்த்துப் போராட்டம், திண்டுக்கல்லில் தோல் பதப்படுத்தும் ஆலைகளை எதிர்த்துப் போராட்டம், ஈரோட்டு கரூரில் காவிரி அமராவதி ஆறுகளை மாசுபடுத்தும் சாய பட்டறைகள், திருப்பூரில் நொய்யலைத் தின்று தீர்த்த சாயப்பட்டறைகளை எதிர்க்கும் போராட்டம், அரியலூரில் சிமெண்ட் ஆலைகளின் மாசுபாட்டுக்கு எதிரான குரல், மதுரையில் சிறு ஆலைகளைக் காக்கப் போராட்டம், கோவை நீலகிரியில் காடுகளைக் காக்கப் போராட்டம், நாமக்கல்,

சேலம் பகுதிகளில் சுரங்கத் தொழில்களால் வளமான மலைகள் அழிவதை எதிர்த்து நடத்தப்படும் போராட்டங்கள் என பட்டியல் தொடர்கிறது.

வேலூரில் தோல் பதப்படுத்தபடும் தொழிற்சாலைகளுக்கு எதிராகவும், பாலாற்றைக் காக்கவும் போராட்டங்கள், வாழ்வதற்கு தகுதியற்றதாக கடலூரை மாற்றியுள்ள சிப்காட் வளாகத்தை எதிர்க்கும் போராட்டம், தஞ்சை - புதுக்கோட்டையில் ஹைட்ரோ கார்பன் ஆழ்குழாய்க் கிணறுகள் பெட்ரோலியக் கிணறுகளுக்கு எதிரான போராட்டங்கள், நாகையிலும் திருவாரூரிலும் இறால் பண்ணைகளுக்கு எதிரான போராட்டங்கள், தருமபுரி - கிருஷ்ணகிரி பகுதிகளில் மலைகளைக் காக்கப் போராட்டம், சென்னையில் எண்ணெய் சுத்திகரிப்பு ஆலைகள் முதல் சாக்கடைக் கழிவு மட்டு மல்லாது, ரசாயனத் தொழிற்சாலைகளை எதிர்க்கும் போராட்டங்கள் என சூழலியல் போராட்டங்கள் வலுக்கின்றன.

சுற்றுச்சூழல் போராட்டங்கள் ஒரு புதிய உலகத்தைப் படைக்க வேண்டிய கட்டாயத்தை நமக்கு சுட்டிக் காட்டுகின்றன.

●

3. கழிவு நீரால் மாசுபடும் நொய்யல் ஆறு

தொல்லியற் துறைச்சான்றுகளின்படி நொய்யல் ஆற்றின் நாகரீகம் கி.மு. 300க்கும் கி.பி. 300க்கும் இடையில் தோன்றியிருக்கலாம் என்று கருதப்படுகிறது.

மேலும் நொய் என்ற சொல் மென்மை, நுண்மை எனும் பொருள் கொண்டது. இவ்வாற்றின் பெயர் நுண்ணிய மென்மையான மணற் துகள்களால் பெறப்பட்டது என்றும் கருதப்படுகிறது.

நொய்யல் ஆறு தமிழ்நாட்டின் மேற்கு தொடர்ச்சி மலையிலுள்ள வெள்ளியங்கிரி மலையில் உற்பத்தியாகிறது. இது கோயமுத்தூர் ஈரோடு மாவட்டங்கள் வழியாக பாய்ந்து நொய்யல் கிராமத்தில் காவிரி ஆற்றுடன் கலக்கிறது. ஆகவேதான் நொய்யல் ஆறு என்று பெயர் பெற்றது. இந்த ஆற்றின் சங்ககால பெயர் காஞ்சிமா நதி என்பதாகும்.

வெள்ளியங்கிரி மலையிலிருந்து கிழக்கு நோக்கி பாயும் நொய்யல் ஆறு கோயம்புத்தூர் நகரை கடக்கும் போது அந்நகரைச் சுற்றியுள்ள 18 குளங்களை நிறைத்து பின் பின்னலாடை நகரமான திருப்பூரை

அடைகிறது. திருப்பூரிலிருந்து 16 கி.மீ தொலைவில் ஒரத்துப் பாளையம் அணை உள்ளது.

நொய்யல் ஆறானது மிகவும் மாசடைந்த ஆறுகளில் ஒன்று. கோயம்புத்தூர் நகரை கடக்கும்போது அந்நகரின் கழிவுகள் நொய்யல் ஆற்றில் கலக்கின்றன.

திருப்பூரை கடக்கும் போது அந்நகரின் சுத்தீகரிக்கப்படாத நூற்றுக் கணக்கான சாயப்பட்டறைகளின் கழிவுகள் நொய்யலில் கலந்து இவ்வாற்றை மிகவும் மாசடையச் செய்கின்றன.

சுத்திகரிக்கப்படாத சாயப்பட்டறை கழிவுகளால் அதிக அளவு அமிலங்கள் சேர்ந்து திருப்பூருக்கு பின் நொய்யல் ஆறு வேளாண்மைக்கும், குடிப்பதற்கும் ஆகாத நிலையில் உள்ளது. இதனால் சுற்றுச்சூழல் அமைப்பினர் நொய்யல் ஆற்றை இறந்த ஆறு என்கின்றனர்.

இக்கழிவுகள் எல்லாம் ஒரத்துப்பாளையம் அணையில் தேங்கி அப் பகுதியின் நீர்நிலைகளை மோசமாக மாசுபடுத்தியுள்ளன. அப்பகுதி யின் நிலத்தடி நீரும் மாசடைந்து பயன்படுத்த முடியாத நிலையில் உள்ளது.

நொய்யல் ஆற்றுப் பாசன விவசாயிகளின் வாழ்வாதாரம் இதனால் கடுமையான பாதிப்படைந்துள்ளது. அவர்கள் தங்களின் இப் பிரச்சனையை நீதிமன்றம் எடுத்துச் சென்று திருப்பூர் சாயப் பட்டறைகளுக்கு எதிராக உத்தரவு பெற்றுள்ளனர்.

ஆற்றுநீரை மாசுபடுத்தும் ஆலைகளுக்கு எதிராக கடும் நிலைப் பாட்டை எடுத்துள்ள உச்சநீதிமன்றம் சுத்தீகரிக்கப்பட்ட நீரை மட்டுமே ஆற்றினில் கலக்க வேண்டும் என்றும் சுத்திகரிப்பு வசதி இல்லாத ஆலைகளின் உரிமம் பறிக்கப்பட வேண்டும் என்றும் உத்தரவிட்டுள்ளது.

●

4. மின்னணுக் கழிப்பறைகள்

திறந்த வெளியில் மலம் கழிக்கும் பழக்கத்தை குறைக்கும் நோக்கில் இந்தியாவில் 'ஸ்வச் பாரத் அபியான்' திட்டத்தின் மூலம் ஏற்படுத்தப்பட்ட ஒரு வகை பொதுக் கழிப்பறையாக மின்னணு கழிப்பறை அல்லது e Toilet என்பது தன்னிறைவு, சுயசுத்தம், யுனிசெக்ஸ், பயனர் நட்பு, ஆளில்லா தானியங்கி மற்றும் தொலைவிலிருந்து கண்காணிக்கப்படும் கழிப்பறை பாட்கள் பொது இடங்களில் நிறுவப்பட்டுள்ளன.

அவை 2008 இல் Eram Scientific Solutions என்ற தனியார் நிறுவனத்தால் உருவாக்கப்பட்டது.

இந்த மின்னணுக் கழிப்பறைகள், நாணயத்தில் இயங்கும் கட்டணக் கழிப்பறைகளாக இருக்கலாம் அல்லது கைமுறையாக நுழையும் மற்றும் வெளியேறும் வசதியுடன் இலவசமாக அணுகலாம்.

பொது அல்லது கட்டணக் கழிப்பறையைப் பயன்படுத்துபவர்களுக்கு, பிரசுய நிலையான மின்னணு பொது கழிப்பறைகளைப் போலவே, குறிப்பிட்ட எண்ணிக்கையிலான பயன்பாடுகளுக்குப்

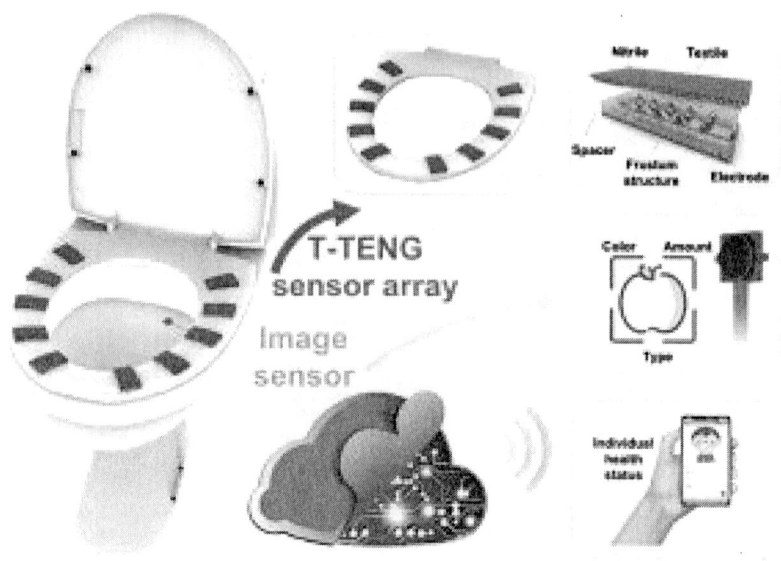

பிறகு ப்ரீஃபிளாஷ் மற்றும் பிந்தைய ஃபிளாஷ் பிளாட் ஃபார்ம் கிளீனிங் உள்ளிட்ட தானியங்கி செயல்பாடுகளைத் தொடந்து மின்னணு கழிப்பறை சென்சார்களைக் கொண்டுள்ளன.

5. கழிப்பறைக்காக ஒரு தற்கொலை

வீட்டில் கழிப்பறை அமைத்துத் தராதலால் மனமுடைந்த ஜார்கண்டைச் சேர்ந்த இளம்பெண் தற்கொலை செய்து கொண்டார்.

ஜார்கண்டின் தும்கா பகுதியைச் சேர்ந்தவர் குஷ்பூ குமாரி (17) பி.ஏ முதலாம் ஆண்டு படித்து வந்தார். இவரது வீட்டில் கழிப்பறை இல்லாததால் அன்றாட உபாதைகளுக்கு வெட்ட வெளியை நாடி செல்ல வேண்டியிருந்தது. அல்லது நெடுந்தூரம் இருக்கும் தனது பாட்டி வீட்டுக்கு செல்ல வேண்டியிருந்தது.

இது அவருக்கு மிகவும் சங்கடமாக இருந்த நிலையில் தனது பெற்றோரிடம் வீட்டில் கழிப்பறை அமைத்துத் தர வேண்டும் என்று வலியுறுத்தி வந்தார்.

இதனைக் கண்டு கொள்ளாத அவர்கள் குஷ்பூவை உதாசீனப் படுத்தினர். இதனையடுத்து குஷ்பூ அவரது வீட்டில் தூக்கிட்டு தற்கொலை செய்து கொண்டார்.

குஷ்பூவின் தற்கொலை குறித்து போலீசார் விசாரணை நடத்தி வருகின்றனர்.

குஷ்பூவின் திருமணத்துக்காக பணம் சேர்த்து வந்ததாகவும், கழிப்பறை கட்டினால் அந்தப் பணம் செலவாகி விடும். கல்யாணம் நடத்த முடியாது என்ற காரணத்தால் குஷ்பூவை உதாசீனப்படுத்திய தாக அவரது தந்தை ஸ்ரீபதியாதவ் கண்ணீருடன் தெரிவித்தார்.

●

6. கழிப்பறை இல்லையேல் பணிநீக்கம்

"அரசு ஊழியர்கள் மற்றும் அதிகாரிகள் வீட்டில் கழிப்பறை இல்லையென்றால் பணியிலிருந்து நீக்கப்படுவர்' என மத்திய பிரதேசத்தில் உள்ள ஒரு பஞ்சாயத்து நிர்வாகம் அதிரடி உத்தரவு பிறப்பித்துள்ளது.

மத்திய பிரதேசத்தில் முதல்வர் சிவ்ராஜ் சிங் சவுகான் திறந்தவெளி கழிப்பறைகள் இல்லாத மாநிலமாக மாற்றும் முயற்சியில் ஈடு பட்டிருந்தார்.

இந்நிலையில் ராய்சென் மாவட்ட கிராமப் பகுதிகளில் திறந்தவெளி கழிப்பறைகளை மக்கள் பயன்படுத்தி வருகின்றனர்.

அவர்களிடையே வீடுகளில் கழிப்பறை கட்டுவது குறித்த விழிப்புணர்வை ஏற்படுத்த மாவட்ட நிர்வாகம் முடிவு செய்தது.

இது குறித்து மாவட்ட பஞ்சாயத்து தலைமை நிர்வாக அதிகாரி கூறும் போது, 'ராய்சென் மாவட்டத்தை அக்டோபர் 2க்குள் திறந்த வெளி கழிப்பறைகள் இல்லாத மாவட்டமாக மாற்றும் திட்டம் துவக்கப்பட்டுள்ளது.

முதற்கட்டமாக தேர்ந்தெடுக்கப்பட்டுள்ள மக்கள் பிரதிநிதிகள், துணை தலைவர்கள் மற்றும் தலைவர்கள் வீடுகளில் கட்டாயம் கழிப்பறை கட்டி பயன்படுத்த வேண்டும் இல்லையென்றால் அவர்கள் பதவியில் இருந்து நீக்கப்படுவர்.

அதேபோல் கிராம பஞ்சாயத்து அளவில் செயலர் கிராம வேலை வாய்ப்பு உதவியாளர், அங்கன்வாடி ஊழியர்கள், சுகாதார ஊழியர்கள், விவசாயதுறை ஊழியர்கள் மற்றும் மதிய உணவு திட்ட ஊழியர்கள் போன்ற அரசு ஊழியர்களின் வீடுகளில் கழிப்பறை இல்லை என்றால் பணிநீக்கம் செய்யப்படுவர்" என்று கூறினார்.

7. பயிற்சி தரும் கழிப்பறைக் கல்லூரி

மகாராஷ்டிர மாநிலம் அவுரங்காபாத்தில் ஹார்பிக் நிறுவனத்தின் சார்பில் ஹார்பிக் உலக கழிப்பறை கல்லூரி கடந்த ஆண்டு முதல் செயல்பட்டு வருகிறது.

இங்கு துப்புறவு பணியாளர்களின் பணியை மேம்படுத்தும் வகையில் நவீன கருவிகளைக் கையாளுதல், கழிப்பறை பயன்பாடு, பணித் திறனை மேம்படுத்துதல் உள்ளிட்ட பல்வேறு பயிற்சிகள் அளிக்கப் படுகின்றன.

இந்தக் கல்லூரியில் 2018 ஆம் ஆண்டு மட்டும் 3200 பேர் பயிற்சி பெற்றுள்ளனர். இவர்கள் அனைவருக்கும் வேலை கிடைத்துள்ள தாக அந்நிறுவனம் தெரிவித்துள்ளது.

கழிப்பறைகளில் உலர் கழிப்பறை, உரக்குழி கழிப்பறை, ஈரக் கழிப்பறை, குழி கழிப்பறை, பிளேர் கழிப்பறை, உறிஞ்சு குழி கழிப்பறை என பல வகைகள் உள்ளன.

இதில் தற்போது பலரும் பயன்படுத்துவது தரையில் அமைக்கப் பட்டுள்ள துளையில் கழிவுகள் சேகரமாகும் வகையில்

அமைக்கப்பட்டுள்ள குழி கழிவறைதான்.

தற்போது உறிஞ்சுகுழி கழிப்பறை என்னும் வெஸ்டர்ன் கழிப்பறைகளும் அதிகளவு புழக்கத்துக்கு வந்துள்ளன. தவிர பயோ கழிப்பறைகளும் வந்து விட்டன.

மனிதனின் அடிப்படை தேவைகளில் முக்கியமானவை உணவு, உடை, உறைவிடம், அடுத்தபடியாக இருப்பது சுகாதாரம். அந்த அளவுக்கான முக்கியத்துவத்தை அன்றாடம் பயன்படுத்தும் கழிப்பறைகளுக்கு ஏனோ பலரும் அளிப்பதில்லை.

●

8. கழிப்பறை சுகாதாரம்

கி.பி. 1800 ஆம் ஆண்டுவரை ஊருக்கு ஒதுக்குப்புறமான திறந்த வெளியையே மக்கள் கழிப்பறைகளாக பயன்படுத்தி வந்துள்ளனர்.

சில ஐரோப்பிய நாடுகளில் மட்டும் அறைத் தொட்டி பயன்படுத்தப் பட்டது. கழிவுகளை அப்புறப்படுத்தும் முறையும் பயன்பாட்டுக்கு வந்தன.

உத்தரப் பிரதேச மாநிலம் பாஹ்பத் அருகில் உள்ள பிஜ்வாடா என்னும் கிராமம் உள்ளது. இங்கு யார் வீட்டில் கழிப்பறை இல்லையோ அந்த வீட்டில் திருமணம் நடக்காது என ஊர் பஞ்சாயத்தில் தீர்மானம் சமீபத்தில் நிறைவேற்றி உள்ளனர். திருமணத்துக்கு காத்திருக்கும் ஆண், பெண் இரு பாலருக்கும் இந்த தீர்மானம் பொருந்தும் என கூறப்பட்டது.

சுகாதாரத்துக்கு முக்கியத்துவம் அளிக்கும் வகையில் கழிப்பறை களின் தேவை அவசியத்தை உணர்ந்து சிங்கப்பூரில் ஜாக்சிம் என்பவரால் 2001 ஆம் ஆண்டு முதல் முறையாக நவ 19 ஆம் தேதி உலக கழிப்பறை கழகம் தொடங்கப்பட்டது.

அதன்பின் 2013 முதல் நவ 19ஆம் தேதியை உலக கழிப்பறை தினமாக ஐ.நா. அதிகாரப்பூர்வமாக அங்கீகரித்தது.

கழிப்பறை சுகாதாரத்தின் முக்கியத்துவத்தையும் அது தொடர்பான விழிப்புணர்வையும் ஏற்படுத்துவதுதான் இந்த தினத்தின் முக்கிய நோக்கமாகும்.

அனைவருக்கும் சுகாதாரமான கழிப்பிட வசதி ஏற்படுத்தித் தரும் நோக்கில் உலக கழிப்பறை கழகம் சார்பில் ஆண்டுதோறும் நவம்பர் மாதம் உலக கழிப்பறை உச்சி மாநாடு நடைபெற்று வருகிறது.

அதன்படி 2019 ஆம் ஆண்டு 19வது உலக கழிப்பறை உச்சி மாநாடு பிரேசில் நாட்டில் உள்ள சாவோ பவுலோ நகரில் நவம்பர் 17 இல் தொடங்கியது.

இந்தியாவில் 2018 ஆம் ஆண்டு 18வது உலக கழிப்பறை உச்சி மாநாடு மும்பையில் நடைபெற்றது.

ஒவ்வொரு ஆண்டும் ஒரு கருப்பொருளை மையமாகக் கொண்டு இந்த நாள் கடைப்பிடிக்கப்படுகிறது. அதன்படி இந்த ஆண்டுக்கு 'பின்னால் யாரும் இல்லை' என்ற கருப்பொருள் அறிவிக்கப் பட்டுள்ளது. அதன்படி ஒருவரையும் ஒதுக்கி விடாதபடி அனை வருக்கும் கழிப்பறை வசதி என்ற திட்டத்தை செயல்படுத்துவது இதன் நோக்கமாகும்.

●

9. சுகாதாரக் கழிப்பறை விழிப்புணர்வு

கழிப்பறை குறித்து பேசத் தயங்கிய நிலையெல்லாம் தற்போது மாறி, விழிப்புணர்வு மேலோங்கி வருகிறது உண்மை எனலாம். நாட்டின் வளர்ச்சியில் சுகாதாரமும் மிக முக்கிய பங்கு வகிப்பதே அதன் காரணம்!

ஆரோக்கியமான சமுதாயத்தை உருவாக்க நம் வீட்டை மட்டு மல்லாமல் நமது சுற்றுப்புறத்தையும் தூய்மையாக சுகாதாரமாக வைத்துக் கொள்ள வேண்டியது நமது தலையாய கடமை!

சுகாதாரக் கழிப்பிடத் திட்டம் குறித்து மக்கள் மத்தியில் விழிப்புணர்வு ஏற்படுத்தும் வகையில் கடந்த 2000 ஆம் ஆண்டு முழு சுகாதார இயக்கம் தொடங்கப்பட்டது.

இதில் கழிப்பறைகள் அமைத்தல், திடக்கழிவு மேலாண்மை, பள்ளிச் சுகாதாரக் கல்வி போன்ற அம்சங்கள் இடம் பெற்றன.

அதன்பின் திறந்தவெளியில் மலம் கழித்தலற்ற நிலையை உருவாக்கவும் சாலைகளையும், பொது இடங்களையும் சுத்தமாக வைத்துக் கொள்ளவும் தூய்மை இந்தியா திட்டம் 2014 ஆம் ஆண்டு

துவங்கப்பட்டது.

உலகில் 420 கோடி மக்கள் அதாவது உலக மக்கள் தொகையில் பாதிக்கும் அதிகமானவர்கள் கழிப்பறை வசதி இல்லாத அல்லது பாதுகாப்பற்ற கழிப்பறையுடன் இருக்கின்றனர் என்ற ஆய்வு முடிவுகள் தெரிவிக்கின்றன.

மேலும் 67 கோடியே 30 லட்சம் மக்கள் மலம் கழிக்க திறந்த வெளியை பயன்படுத்துவதாகவும் இதனால் ஏற்படும் வயிற்றுப் போக்கு உள்ளிட்ட நோய்கள் காரணமாக ஆண்டுக்கு 4.32 லட்சம் பேர்கள் உயிரிழப்பதாகவும் கூறுகின்றனர்.

இதில் குழந்தைகள் தான் அதிகம் பாதிக்கப்படுகின்றனர் என்பது பல்வேறு கட்ட ஆய்வுகள மூலம் தெரிய வந்துள்ளது.

திறந்தவெளியில் மலம் கழிப்பதால் ஏராளமான நோய்கள் பரவக் காரணமாக உள்ளது. இதைத் தடுக்கும் நோக்கத்துடன் அனைத்து வீடுகளுக்கும் கழிப்பறை கட்டித்தரும் திட்டம் மத்திய மாநில அரசுகளின் நிதி உதவியுடன் செயல்படுத்தப்பட்டு வருகிறது.

இத்திட்டப்படி ஒரு வீட்டில் கழிப்பறை கட்ட ரூ.12000 மானியமாக வழங்கப்படுகிறது. இதில் ரூ.7200ஐ மத்திய அரசும், ரூ.4800ஐ மாநில அரசும் வழங்குகின்றன.

சத்தீஸ்கர் மாநிலத்தைச் சேர்ந்த 105 வயது மூதாட்டியான குன்வர்பாய் தான் வளர்த்து வந்த ஆடுகளை விற்று கழிப்பறை கட்டி யுள்ளார்.

சுற்றுப்புறத்தை தூய்மையாக வைத்துக் கொள்ள விரும்பி 105 வயதிலும் கழிப்பறை கட்டிய குன்வர் பாய்க்கு கடந்த 5 ஆண்டு களுக்கு முன் ‘சுவாச் பாரத் அபியான்’ விருதை மத்திய அரசு வழங்கியது. ஒரு நிகழ்ச்சியில் குன்வர் பாயை அழைத்து பிரதமர் பாராட்டியுள்ளார்.

மகாத்மா காந்தியடிகளின் 150 வது பிறந்த நாளான 2018, அக் 2 ஆம் தேதிக்குள் திறந்த வெளியில் மலம் கழிப்பதைத் தடுக்க அனைத்து வீடுகளிலும், பொது இடங்களிலும் கழிப்பறை கட்டுவது என

உறுதியாக தொடங்கப்பட்ட இந்த திட்டத்தில் 5 ஆண்டுகளில் நாடு முழுவதும் சுமார் 10 கோடி கழிப்பறைகள் கட்டப்பட்டுள்ளதாகக் கூறப்படுகிறது.

இந்தியாவில் திறந்தவெளியை கழிப்பிடங்களாக பயன்படுத்து வதை 2019க்குள் தடுப்பதுதான் தூய்மை இந்தியா திட்டத்தின் ஒரு பகுதியாகும்.

இதனை உறுதி செய்வதற்காக நாடு முழுவதும் கழிவறைகள் பயன்பாடு எப்படி உள்ளது என்பதை ஐ-பேடு, செல்பேசி மூலம் கண்காணிக்க மத்திய அரசு முடிவு செய்துள்ளது.

இத்திட்டம் தற்போது அமலுக்கு வந்துள்ளது. இதற்காக தேசிய அளவிலான நிகழ் நேர கண்காணிப்பு முறை பயன்படுத்தப்படுகிறது. இதற்காக கூடுதலாக இரண்டு இணை செயலாளர்கள் உள்பட 21 அதிகாரிகள் நியமிக்கப்பட்டார்கள்.

அதாவது நாடு முழுவதும் கழிவறை பயன்பாடுகள் குறித்த அறிக்கையை ஐபேடுகள், டேப்ளட்டுகள், செல்பேசிகளைப் பயன் படுத்தி மத்திய குடிநீர், சுகாதார அமைச்சகத்திற்கு இந்த அதிகாரிகள் அனுப்புவார்கள்.

மேலும் தூய்மையான இந்தியாவை உருவாக்க மக்களின் பங்களிப்பையும் வரவேற்பதாகவும் மத்திய குடிநீர் சுகாதார அமைச்சகம் தெரிவித்துள்ளது.

அண்மையில் நாடாளுமன்ற நிலைக்குழு தாக்கல் செய்த அறிக்கை யில் பொது இடங்களை கழிப்பிடங்களாக பயன்படுத்துவதற்கு தனி நபரின் குடும்ப பழக்கமும் அறியாமையுமே காரணம். சுகாதாரம் என்பது சமூக கலாச்சார விவகாரம் சார்ந்தது என தெரிவிக்கப் பட்டுள்ளது.

அரசு ஊழியர்கள் அனைவரும் அக்டோபர் 2 ஆம் தேதி காந்தி ஜெயந்தி அன்று கழிவறையை சுத்தம் செய்ய முன்வர வேண்டும் என்று பிரதமர் மோடி அழைப்பு விடுத்தது கவனிக்கத்தக்கது.

1. தரைக்கு மேல் இரண்டு அறைகளாக கட்டப்பட்டுள்ளது. இவற்றின் தளம் சிமெண்டால் அமைக்கப்பட்டுள்ளது. ஆதலால் மலத்திற்கும் மண்ணிற்கும் தொடர்பு இல்லை. ஆகவே மலத்தின் மூலம் நீர் மாசுபடுவது தவிர்க்கப்படுகிறது.

2. கழிப்பறையில் மலம் தனியாகவும் சிறுநீர் மற்றும் சுத்தம் செய்யும் நீர் தனியாகவும் செல்லுமாறு வடிவமைக்கப் பட்டுள்ளது.

3. மலம் கழித்த பின் மலத்தின் மேல் சாம்பலைத் தூவ வேண்டும். இவ்வாறு சாம்பலைத் தூவுவதால் மலம் எளிதாக மக்கிவிடும்.

4. கழிப்பறை உபயோகித்த பின் ஆசனவாய் மற்றும் கை கால் களை அதற்கென உள்ள பகுதியில் சுத்தம் செய்ய வேண்டும். மலக்குழியில் சுத்தம் செய்யக் கூடாது.

5. உடல் சுத்தம் செய்யும் போது இரண்டு லிட்டர் தண்ணீரே போதுமானது. நடைமுறை கழிப்பறையை பயன்படுத்துவதால் சுமார் 10 லிட்டர் தண்ணீர் ஒரு தடவைக்கு தேவை.

6. சூ.மே.சு கழிப்பறையை பயன்படுத்துவதால் ஒருவர் ஒரு வருடத்திற்கு 7200 லிட்டர் தண்ணீர் சேமிக்கலாம்.

7. ஒரு கழிப்பறைக் குழியை சுமார் ஒரு வருடம் பயன்படுத்தலாம். நிரம்பிய குழியை நன்றாக மூடிவிட்டு அடுத்த குழியைப் பயன்படுத்த வேண்டும்.

8. மூடிய குழியிலுள்ள மலம் ஒரு வருடத்தில் மக்கிய எருவாக மாறியிருப்பின் வெளியில் எடுத்து விவசாயத்துக்கு பயன் படுத்தலாம்.

10. சூழலியல் உலர் கழிப்பறை

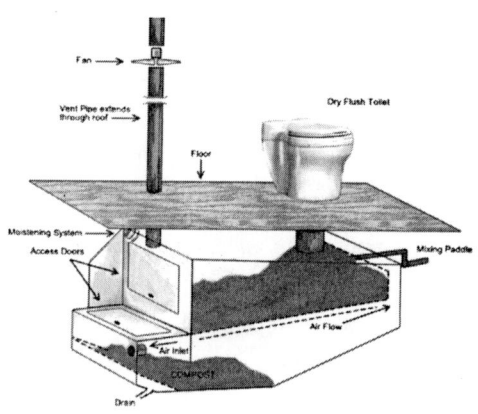

சூழலியல் உலர் கழிப்பறை என்பது இரு தனித்தனி கழிவு தொட்டிகள் கொண்டது. அவை மலம் சேகரமாகும் பகுதிக்கு கீழ், தனித்தனியே திறக்கப்படும் கான்கிரீட் தொட்டியுடன் இணைக்கப் பட்டுள்ளது.

கழிவு அகற்ற தண்ணீரை பீய்ச்சியடிக்க வேண்டியதில்லை. சிறுநீர் மற்றும் கழுவும் தண்ணீர் தனித்தனியே தொட்டியில் சேகரமாகும். மலக்கழிவுகள் நேரடியாக கீழே உள்ள தொட்டியில் தண்ணீரின்று சேகரமாகும். இதனால் பூச்சி, புழுக்கள் உருவாதல், துர்நாற்றம் ஏற்படுவதை தடுக்கிறது. கழிவு மக்குவதை அதிகரிக்கிறது.

இதில் குடும்பம் ஒரு கழிப்பறை தொட்டியை ஐந்து அல்லது ஆறு மாதங்களுக்கு பயன்படுத்தலாம். முதலாவது நிரம்பியதும் இரண்டாவதைப் பயன்படுத்தலாம். அது நிரம்பும் காலத்திற்குள் முதல் தொட்டியில் கழிவுகள் மக்கி உரமாக மாறி இருக்கும். அவற்றை விளைநிலங்களுக்கு பயன்படுத்தலாம்.

மற்றொரு தொட்டியில் சேகரமான சிறுநீர் கொள்கலனில் கொண்டு செல்லப்பட்டு வயலுக்கு உரமாக்கப்படுகிறது.

சூழலியல் உலர் கழிப்பறையால் பல நன்மைகள் உள்ளன. பூமியில் இருந்து இயற்கையாகப் பெறப்பட்ட ஊட்டச்சத்து சுழற்சி முறையில் மீண்டும் மண்ணை சென்றடைகிறது.

மாறாக வழக்கமான கழிப்பறைகளின் தண்ணீர் மண்ணின் நடுப் பகுதியில் சேகரமாக இந்த சுழற்சியை முறிக்கிறது. குளங்கள் மற்றும் நதிகளை மாசுபடுத்தி, காலரா மற்றும் டைபாய்டு போன்ற நோய் பரவ வழிவகுக்கிறது.

நகர்ப்புற இந்தியாவில், சுத்திகரிப்பு நிலையங்களின் சுமார் 70% ஆறுகள், கடல்கள், ஏரிகள், கிணறுகள் என நாட்டின் நீர்வளங்களில் நான்கில் மூன்று பங்கை மாசுபடுத்துவதாக பல்வேறு தரவு ஆதாரங் களை பகுப்பாய்வு செய்து கட்டுரைகள் எல்லாம் வெளிவந்தன.

கிராமப்புறங்களில் கழிவுநீர் குளம், குட்டைகளுக்கு திருப்பி விடப் படுகிறது. அல்லது சுத்திகரிக்கப்படாத கழிவுநீரை நிலத்தில் விடுவ தால் நிலத்தடி நீர் மாசடைகிறது.

பீகார் மாநிலத்தின் பஸ்சிம் சம்பரன் மாவட்டம் கந்தக் கிணற்றின் கரையோரமுள்ள பிஷம்புர்பூர் கிராமத்தைச் சேர்ந்தவர் சாந்தி தேவி.

சிறுநீரைப் பிரித்தெடுக்கும் 'ஈகோசான்' என்று அழைக்கப்படும் சுருக்கமாக சூழலியல் கழிப்பிடம் அமைப்பதற்கு சாந்திதேவி அறிவுறுத்தப்பட்டிருந்தார்.

'தண்ணீரால் சூழப்படும் இப்பகுதியில் இயற்கை உபாதைகளுக் முன்பு நாங்கள் உலர் பகுதியை தேடிக் கொண்டிருந்தோம். மொத்த பகுதியும் வெள்ளத்தில் மிதக்கும் போது இது சிரமமாக இருந்தது. இந்த புதிய உலர் சூழலியல் கழிப்பிடம் அதை சுலபமாக்கி விட்டது என்கிறார் சாந்திதேவி.

பீஷம்புர்பூரில் உள்ள மக்கள் பெரும்பாலும் சிறிய விவசாய பண்ணையில் வேலை செய்கிறார்கள் அல்லது வேலைக்கு தொலை தூரம் உள்ள பஞ்சாப்புக்கு குடிபெயர்வார்கள்.'

பருவமழைக் காலங்களில் இக்கிராமம் கழுத்தளவு ஆழ தண்ணீரால்

சூழப்படுகிறது. நேபாளத்திலிருந்து கந்தக் ஆற்றில் தண்ணீர்வரத்து அதிகரித்து, சாந்திதேவியின் வசிப்பிடத்தை சூழ்ந்து விடுகிறது.

நிலையற்ற சூழும் தண்ணீரில் ஒரு சிறுபகுதி செயல்பாட்டில் உள்ள கழிப்பறைக்கு அவசியம்.

'ஈகோசான்' எனப்படும் சூழலியல் உலர் கழிப்பிடம் தூய்மை இந்தியா இயக்கம் வழிமுறைகள்படி, வறட்சி பகுதி, தண்ணீரால் பாதிக்கப்படும் தாழ்வான மற்றும் கடலோரப் பகுதிகள், பாறைப் பகுதிகள், மேடான இடங்களில் அமைக்க ஏதுவானது.

இம்முறையில் வெளியேற்றப்படும் மனிதக் கழிவானது மூடப்பட்ட சிறுதொட்டியில் சேகரிக்கப்பட்டு பின்னர் விவசாய உரமாக பயன் படுகிறது.

சூழலியல் கழிப்பறைகள் மண்ணுக்கு ஊட்டச்சத்தை திரும்பத் தருகிறது. மாசு அடைவதை தடுப்பதோடு, விவசாய நிலங்களுக்கு ரசாயன உரங்களுக்கான செலவைக் குறைக்கிறது.

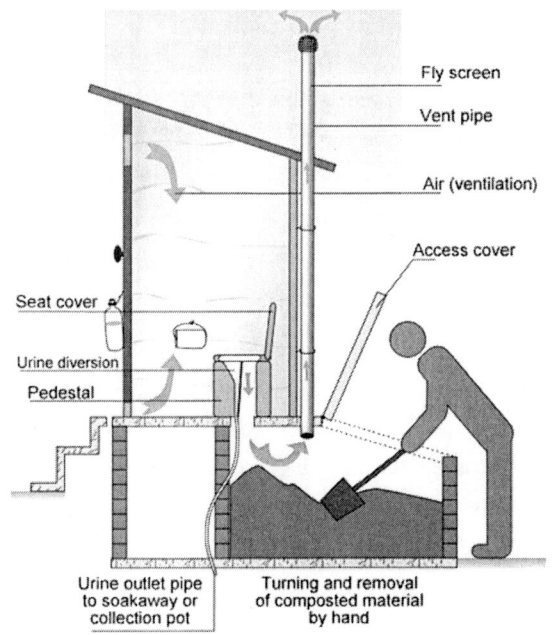

ஆனால் மிகக் குறைவானவர்களே இம்முறையை தேர்வு செய் கின்றனர். தூய்மை இந்தியா இயக்கம் குழி கழிப்பறைக்கே அதிக முக்கியத்துவம் தருகிறது என்று தன்னார்வ அமைப்பான சேவா மந்திர் அமைப்பின் பொதுச்செயலாளர் தெரிவிக்கிறார்.

இந்த அமைப்பு ராஜஸ்தானின் உதய்ப்பூர் கிராமத்தில் சூழலியல் கழிப்பறைகளை கட்டுவதை ஊக்கப்படுத்தி வருகிறது.

கடந்த பத்து ஆண்டுகளுக்கும் மேலாக வெள்ளத்தால் பாதிக்கப் பட்டு வரும் பிஷம்புர்பூர் கிராமத்தில் சூழலியல் உலர் கழிப்பறைக் கான தளமாக தீர்மானிக்கப்படுகிறது.

'இது எங்கள் பகுதிக்கு உகந்தது. சுற்றிலும் தண்ணீர் இருந்தாலும் இது பாதிக்காது. கூடுதல் பயனாக இதில் உரம் கிடைக்கிறது' என்கிறார்.

இந்தியாவின் மிக வெள்ளத்தால் பாதிப்புக்குள்ளாகும் மாநிலமாக பீகார் உள்ளது. அதன் நிலப்பகுதியில் 73%க்கு மேல் வெள்ளத்தால் சூழப்படுவதாக மாநில நீர்வளத்துறை புள்ளி விபரம் தெரிவிக் கின்றன.

வடக்கு பீகாரில் வசிக்கும் மக்களில் 76% பேர் தொடர் வெள்ளப் பெருக்கு அச்சுறுத்தலில் வாழ்கின்றனர். பிஷம்புர்பூரில் வசிக்கும் குடும்பங்கள் கடந்த 50 ஆண்டுகளில் வெள்ளத்தால் பாதிக்கப்பட்டு எட்டு முறை இடம் பெயர்ந்து இங்கு குடியமர்த்தப்பட்டவர்கள்.

இங்குள்ள கட்டமைப்புகள் அனைத்தும் வெள்ள பாதிப்பை சமாளிக்க ஏதுவாக வடிவமைக்கப்பட்டுள்ளன. எளிதாக பிரிக்க ஏதுவாக வைக்கோல், மூங்கில்களால் இங்குள்ள வீடுகள் கட்டப்படு கின்றன.

மண்ணால் ஆன சேமிப்புக் கலங்கள் மேடான பகுதிகள், கட்டில் படுக்கை போன்றவையே வீட்டு உபயோக பொருட்களாகும். இந்த வரிசையில் புதிதாக பளபளக்கும் இரட்டைக்குழி கழிப்பறை. அதே வடிவம் அதே அளவு மற்றும் சில பொதுவான அம்சங்கள் உள்ளது.

'இக்கழிப்பறைகள் இரண்டு ஆண்டுக்குள் உடைந்து போகின்றன. ஒரு வேளை அத்தகைய நேரத்தில் செங்கற்களைப் பயன்படுத்து

வோம்' என்று கூறுகிறார் சாத்திதேவி.

கிராமப்புற இந்தியாவின் 98.8% பகுதிகள் தூய்மை இந்தியா இயக்கத்தின் கீழ் வருகிறது. நாட்டின் 722 மாவட்டங்களில் 601, திறந்தவெளி கழிப்பிடம் இல்லாதவை என 2019 பிப்ரவரியில் தங்களை அவை அறிவித்துக் கொண்டன.

ஏற்கனவே 100% கழிப்பிடம் எட்டப்பட்டுள்ள பஸ்சிம் சம்பரம் மாவட்டம் விரைவில் திறந்தவெளி கழிப்பிடம் இல்லாததாக அறிவிக்கப்பட உள்ளது.

எனினும் திறந்தவெளி கழிப்பிடம் இல்லாதவை என்ற நிலை அவ்வாறு இல்லாதது அல்லது செயலிழந்த உத்தரப்பிரதேசம் மற்றும் குஜராத் மாநில திறந்தவெளி கழிப்பிடமில்லாத கிராமங் களை கண்டறிந்த தலைமை கணக்கு தணிக்கையாளர் (CAG) அறிக்கை கூறுவதாக 2018 நவம்பரில் ஒரு கட்டுரை வெளியானது.

திறந்தவெளி கழிப்பிடம் இல்லாதவை என்பது பின்வருவனவற்றால் வரையறை செய்யப்படுகிறது. திறந்தவெளியில் எங்கும் மலம் காணப்படாதது (2) வீடுகள் பொது/சமுதாய நிறுவனங்களில் பாது காப்பாக கழிவை வெளியேற்றக் கூடிய கழிப்பறை வசதி இருத்தல் போன்றவை கருத்தில் கொள்ளப்பட வேண்டும்.

எனினும் பெரும்பாலன கிராம மாவட்ட நிர்வாகங்கள் தங்கள் பகுதியில் 100% கழிப்பிடம் கட்டியதுமே திறந்தவெளி கழிப்பிடம் இல்லாதவையாக அறிவித்துக் கொள்கின்றன.

முக்கிய அம்சமான பாதுகாப்பாக கழிவு, வெளியேற்றத்தை அவை புறந்தள்ளுகின்றன.

சூழலியல் உலர் கழிப்பறை மூலம் வயல்களுக்கு சிறுநீரை உரமாக்குவதால் விவசாயிகள் ஏக்கருக்கு ரூ 45175 சேமிக்கலாம் என்று கூறப்படுகிறது.

மகாராஷ்டிராவின் புனே அருகே தரேவாடியை சேர்ந்தகொர்பா வாட்கர், தன் வீட்டு ஈகோசான் உலர் கழிப்பிடத்தில் கிடைக்கும் கழிவை உரமாக்கி பூக்கள், பாக்கு விளைச்சலில் நல்ல பலனைக் கண்டு வருகிறார்.

உரம் கிடைப்பதோடு மட்டுமின்றி வாட்கர் போன்ற விவசாயி களுக்கு சூழலியல் உலர் கழிப்பறையில் கிடைக்கும் சிறுநீர் கழிவும் பலன்தரக் கூடியது. ஏனெனில் அது ஒவ்வொரு சில நாட்களிலும் அது உரமாக சேகரித்து பயன்படுத்தப்படுகிறது.

தாவர வளர்ச்சிக்கு ஊக்கமளிக்கும நைட்ரஜன், பாஸ்பரஸ், பொட்டாசியம் போன்றவை சிறுநீரில் அடங்கியுள்ளன.

'நாங்கள் தக்காளி, கொத்தமல்லி மற்றும் பட்டாணி பயிர்களின் செயல்திறனை பரிசோதித்தோம். சிறுநீரை உரமாக பயன்படுத்திய வயல்களில் நல்ல மகசூல் கிடைத்தது' என்று சூழலியல் உலர் கழிப்பறைகளை ஊக்குவித்து வரும் ஈகோசான் சேவை அறக்கட்டளையின் நிர்வாகி தெரிவித்துள்ளார்.

மேலும் 50 லிட்டர் மனித சிறுநீரை 500 லிட்டர் தண்ணீரில் கலந்து நிலங்களுக்கு பயன்படுத்துவதால் உரத்தின் பயன்பாடு 25% குறைகிறது.

தாவரங்கள் வேகமான வளர்ச்சி, அதிக விளைச்சல் ஆகியவற்றால் ஹெக்டேருக்கு கூடுதலாக ரூ.45175 கிடைக்கிறது என தமிழ்நாடு திருச்சிராப்பள்ளியில் உள்ள வேளாண் அமைச்சக தேசிய வாழை ஆராய்ச்சி மையத்தின் 2009-10 ஆம் ஆண்டு ஆய்வு தெரிவிக்கிறது.

அதே போல தாரேவாடில் உள்ள சூழலியல் உலர் கழிப்பறை பயன்படுத்தும் சாந்தாராம் என்பவர் 'நான் விளைநிலத்திற்கு சிறுநீரைத் தெளிப்பதன் மூலம் வருமானத்தில் 20% அதிகரித்து, உரங்களின் பயன்பாட்டில் 50% குறைத்துள்ளேன்' என்று கூறி யுள்ளார்.

இருப்பினும் மக்கள் தங்களது சொந்த கழிவுகளை விவசாய நிலங் களுக்கு பயன்படுத்துவது எளிதல்ல. அதனால்தான் காலே போன்றே நிறுவனங்கள் ஒரு கிராமத்தில், முதல் கழிவுத் தொட்டியை திறக்கும் ஒரு புள்ளியை வைக்கின்றன.

சாந்தாராம் கூறும் போது 'சூழலியல் உலர் கழிப்பறை கழிவுத் தொட்டியை திறந்தபோது நாங்கள் பயந்தோம். ஆனால் உள்ளே

எவ்வித நாற்றமும் இல்லாத உலர் உரத்தையே கண்டோம். எங்களால் அதனை வெறும் கையால் கூட தொட முடியும்.

ஆனால் விவசாய நிலத்தில் பயன்படுகிறதா? இதை அவமானமாக நினைப்பவர்கள் உண்டு. குறிப்பாக நகர மக்களாகிய நாம் அவர்களிடம் நாம் செய்யாத ஒன்றை செய்யச் சொல்கிறோம்' என்கிறார்.

இந்தியா முழுவதும் கழிப்பறைகளின் குறைந்த பயன்பாட்டுக்கான முக்கிய காரணம் தண்ணீர் இல்லாமை. தற்போது 60 கோடி மக்கள் கடும் தண்ணீர் நெருக்கடியை எதிர் கொள்வதாக நிதி ஆயோக் அமைப்பின் 2018 அறிக்கை தெரிவிக்கிறது.

இந்த சவாலைப் புறம் தள்ளி உதய்பூரைச் சேர்ந்த சேவா மந்திர் ஆதரவுடன் ராஜஸ்தானின் 929 குடும்பங்கள் சூழலியல் உலர் கழிப்பறையை ஏற்றுக் கொண்டுள்ளன.

ஈகோசான் எனப்படும் சூழலியல் உலர் கழிப்பிடம் மக்களிடம் சென்றடைவதில் தாமதமாக காரணம், வழக்கமான கழிப்பறை கட்டுமானச் செலவை விட இதற்கு 33 முதல் 100% அதிக செலவு உண்டாவதாகும்.

ஒரு சூழலியல் கழிப்பறை என்பது மேற்புறம் இரு கழிப்பிட பகுதியை கொண்டிருக்கும். அவை உலர் கான்கிரீட் அறைகளுடன் தனித்தனியே இணைக்கப்பட்டிருக்கும்.

இது இருப்பிடம், போக்குவரத்து செலவினம், தேவைப்படும் மாற்றங்களைப் பொறுத்து ரூ.20,000 முதல் ரூ.30,000 வரை செலவாகும்.

தூய்மை இந்தியா திட்டத்தில் கழிப்பறை கட்டியதும் ரூ.12000 அரசு மானியம் தரப்படும். ஆனால் சூழலியல் உலர் கழிப்பறை கட்ட விரும்புவோர் முதலில் முழுவதும் சொந்த பணத்தை செலவிட வேண்டும்.

பீகாரில் தூய்மை இந்தியா இயக்கத்தை செயல்படுத்தும் முதன்மையான மாநிலமாக கிராமப்புற மேம்பாட்டுத்துறை,

கழிப்பறை கட்டுவதற்கு மகளிர் சுய உதவிக்குழு உறுப்பினர்களுக்கு உதவிக் குழு வாயிலாக ரூ.8000 எளிய கடன் வழங்குகிறது. இருப்பினும் சூழலியல் உலர் கழிப்பிடம் என்பது இன்னும் எட்டாத உயரத்தில் தான் உள்ளது.

சத்தீஸ்கர் மாநிலத்தைப் பொறுத்தமட்டில் இந்த கழிப்பறைத் திட்டத்துக்கு சாதகமாக இருந்த ஒரு சூழல், கிராமப்புற அளவிலான துப்புரவு குழுக்கள் மூலம் தூய்மை இந்தியா இயக்கத்தின் கீழ் கழிப்பறை கட்டுமானத்தை கண்காணிப்பதில் மக்கள் தீவிரமாக ஈடுபட்டனர் என்பதுதான்.

சூழலியல் உள்ள கழிப்பறையானது எளிதான வடிவமைப்பு மற்றும் மறுசுழற்சி செய்து ஊட்டச்சத்து உரமாக்க இது சிறந்த தீர்வாக இருந்தாலும் இது பற்றி மக்களுக்கு தொடர்ச்சியான புரிதலை ஏற்படுத்த தொடர்ச்சியான மற்றும் நெருக்கமான ஒருங்கிணைப்பு தேவை' என்பது முக்கியமான கருத்தாக உள்ளது.

அரசு சாரா அமைப்புகள் தன்னார்வலர்களின் ஈடுபாடு இந்த வகை கழிப்பறை வெற்றியை உறுதி செய்வதில் நீண்ட தூரம் செல்ல வேண்டியுள்ளது.

பெரும் ஆழத்திலிருந்து தண்ணீர் எடுக்கக் கூடிய ஆழ்துறை கிணறுகள் சூழலியல் உலர் கழிப்பிடங்களுக்கு எதிர்காலத்தில் பெரும் சவாலாக இருக்கக்கூடும்.

தொலைதூர கிராமங்களில் கூட ஆழ்துளை கிணறு பயன்பாடு தொழில்நுட்பம் ஊடுருவும் நிலையில் உலர் கழிப்பறையை அது பாதிக்கும்.

11. கழிவறைப் புரட்சி ஏற்படுத்திய சத்தீஸ்கர் மூதாட்டி

கடந்த ஒரு நூற்றாண்டாக மலம் கழிக்க அருகில் உள்ள காட்டுப்பகுதிக்குச் சென்று வந்த 105 வயதான மூதாட்டி குன்வர் பாய் யாதவ், கடந்த ஆண்டு முதல் முறையாக கழிவறை என்ற சொல்லைப் பற்றி கேள்விப்பட்டிருக்கிறார்.

'உள்ளூரில் உள்ள பள்ளியில் பேசுவதற்காக மாவட்ட ஆட்சியர் வந்திருந்தார். நானும் அங்கு சென்றிருந்தேன். அவர் கழிவறைகள் கட்டுவது பற்றி பேசுவதைக் கண்டேன்.

அதுவரை எனக்கு கழிவறை குறித்து எந்த எண்ணமும் இல்லை மற்றும் அதைப்பற்றி தான் யோசித்ததும் இல்லை' என்றார் திருமதி குன்வர்பாய் யாதவ்.

அந்த 105 வயது மூதாட்டி எந்த விதமான முறையான கல்வியையும் பயிலவில்லை மற்றும் அவரிடம் பிறப்புச் சான்றிதழ் கூட இல்லை என்கிறார்கள். கோடுகளும், சுருக்கங்களும் நிறைந்த அவரது முகம், கூனிக்குறுகிய உடல் மற்றும் மங்கி வரும் பார்வை ஆகியவை அவர் பல ஆண்டுகள் வாழ்ந்ததற்கான சான்றாக உள்ளன.

சமீப ஆண்டுகளில் தினமும் குளிப்பதற்காகவும், மலம் கழிக்கவும் காட்டுப்பகுதிக்குள் செல்வது அவருக்கு மிகச் சிரமமானதாக இருந்ததாகவும், இரண்டு முறை கீழே விழுந்து விட்டதாகவும் காயமடைந்ததாகவும் அவர் கூறினார்.

'எனது வீட்டில் கழிவறை கட்டினால் அது பெரிய சிரமத்தில் இருந்து காப்பாற்றும் என்று எண்ணினேன்' என்றார்.

'ஆனால் என்னிடம் பணம் இல்லை. கழிவறை கட்டுவதற்கு எவ்வாறு பணம் சேர்க்கப் போகிறேன் என்று யோசித்தேன். எனது 20 ஆடுகள் தான் எனது சொத்து. அதில் ஏழு ஆடுகளை நான் விற்றேன். அதில் 18000 ரூபாய் கிடைத்தது. ஆனாலும் என்னிடம் பணம் குறைவாக இருந்தது.

கூலி வேலை செய்யும் எனது மருமகளும் சிறிது பணம் கொடுத்ததால் எங்களால் ஒரு கழிவறை கட்டுவதற்கான பணத்தை சேர்க்க முடிந்தது' என்று அந்த மூதாட்டி கூறினார்.

நான்கு தொழிலாளர்கள் 15 நாட்களாக வேலை செய்து இந்தக் கழிவறையை 22000 ரூபாய் செலவில் கட்டி முடித்தனர்.

இந்தக் கிராமத்தில் இவரது கழிவறை தான் முதல் கழிவறை, கட்டி முடித்த சிறிது காலத்தில் அருகில் வசிக்கும் பலரும் இது குறித்து பேசத் தொடங்கினர்.

கழிவறையை வந்து பார்த்துச் சென்றனர். சில வாரங்களில் அருகில் உள்ள கிராமங்களில் உள்ள விவசாயிகள் வந்து பார்வையிட்டனர்.

ஒரு ஆண்டுக்குள் இந்த கிராமத்தில் உள்ள எல்லா வீடுகளிலும் கழிவறை கட்டப்பட்டு விட்டது.

முதலில் பல கிராம வாசிகள், பொதுவெளியில் மலம் கழிக்கும் பழக்கம் இருந்ததால் கழிவறை கட்ட விருப்பம் இல்லாமல் இருந்தனர். குன்வர்பாய் இந்த விசயத்தைத் தொடங்கியதால் இந்த கிராமத்தில் உள்ள ஒவ்வொருவரும் அவரைப் பின் தொடர்ந்தனர்.

இந்த பராரி கிராமத்தில் கடந்த ஆண்டு வரை 338 வீடுகளில் வெறும் 60 வீடுகளில் தான் கழிவறைகள் இருந்தன. இந்த மாற்றம் அந்தக்

கிராமத்திலும் பரவியது. தற்போது ஒவ்வொரு வீட்டிலும் கழிவறை கட்டப்பட்டுள்ளது.

இங்குள்ள பலரை விடவும் மிகவும் ஏழ்மையானவர் இந்த குன்வர்பாய் யாதவ். இவராலேயே இது முடியும் என்றால் நம்மால் ஏன் முடியாது என்ற கேள்வியே இந்த கழிப்பறை விசயத்தில் பெரிய தீர்வாக நடந்து விட்டது.

தூய்மை இந்தியா திட்டத்தின் விளம்பர முகமாக சத்தீஸ்கர் மாநிலத்தின் 105 வயது மூதாட்டியான குன்வர் பாய் யாதவ் இந்தியப் பிரதமரால் இன்று உருவாக்கப்பட்டுள்ளார்.

சத்தீஸ்கர் மாநில மக்களுக்கே உத்வேகமாக விளங்கியுள்ளார். அங்கு நடந்த விழாவில் இந்திய பிரதமரே இந்த மூதாட்டியிடம் தலை தாழ்த்தி வணங்கியுள்ளதால் அந்த மாநிலத்தின் பிரபலமான நபராகி விட்டார் குன்வர் பாய் யாதவ்.

'எனது வாழ்நாள் முழுவதும் நான் தினமும் ஆடு மேய்ப்பதற்கும் அல்லது தின கூலியாக வேலை செய்வதற்கும் மட்டும் தான் வீட்டை விட்டு வெளியே போயிருக்கிறேன்.

எனக்குப் பிறந்த 12 குழந்தைகளில் பலர் இளம் வயதிலேயே இறந்து விட்டனர். ஏழ்மை என்னை முடக்கியது. பசியுடன் வாழ நாங்கள்

போராடி வருகிறோம். நான் மிகப் பிரபலமாக ஆவேன் என்று நான் ஒரு போதும் நினைத்தது கிடையாது' என்றார் அந்த மூதாட்டி.

திருமதி குன்வர் பாய் யாதவ் தனது முழு வாழ்க்கையை கிராமத்தில் தான் கழித்துள்ளார். அவர் கிராமத்திற்கு வெளியில் கடந்த ஆண்டு பிரதமரை சந்திக்க அழைக்கப்படும் வரை அவர் வந்ததில்லை. அவர் தனது புதிய பிரபல அந்தஸ்துக்கு தற்போது தான் பழகி வருகிறார்.

மத்திய இந்தியாவில் உள்ள சத்தீஸ்கர் மாநிலத்தில் உள்ள தாம்தாரி மாவட்டம், பொதுவெளியில் மலம் கழிக்கும் பழக்கம் முழுவது மாக ஒழிக்கப்பட்ட முதல் சத்திஸ்கர் மாநில மாவட்டம் என அறிவிக்கப்பட்டுள்ளது.

இதற்கான முழுப் பெருமையும் தனக்கு 105 வயது என்று கூறும் குன்வர் பாய் யாதவ் என்ற மூதாட்டிக்கே தரப்படுகிறது.

சத்தீஸ்கர் மாநிலத் தலைநகரான ராய்ப்பூரில் இருந்து 100 கிலோ மீட்டர் தொலைவில் உள்ள கோட்டாபாரி என்ற கிராமத்தில் வாழும் 18 குடும்பங்கள், 1970களின் பின் பகுதியில் மகாநதி ஆற்றில் அணை கட்டப்பட்ட போது இடம் பெயர்ந்து இங்கு குடியமர்த்தப் பட்டன.

ஒரு புரட்சி ஏற்படுவதற்கான சாத்தியம் இல்லாத குறிப்பிடத்தக்க அம்சம் ஏதும் இல்லாத இந்த குக்கிராமத்தில், 105 வயதான இந்த மூதாட்டி புரட்சி செய்யக்கூடிய ஒரு நபராக தோற்றமளிக்க வில்லை.

ஆனால் இவர் சத்தீஸ்கர் மாநிலம் பொது வெளியில் மலம் கழிக்கும் பழக்கம் முழுவதும் ஒழிக்கப்பட்ட மாநிலமாக மாறும் பயணத்தில் தனது பெயரையும், தனது கிராமத்து பெயரையும் கொட்டை எழுத்துக்களில் பொறிக்கச் செய்து விட்டார்.

பாரதப் பிரதமர் இந்த மூதாட்டியின் பணிக்காக தனது பாராட்டைத் தெரிவிக்கும் முகமாக அவரது கால்களைத் தொட்டு வணங்கினார்.

12. கழிவறைத் தொழில்நுட்பம்

வரலாற்று ரீதியாக மனித குடியேற்றங்களின் ஆரம்ப கட்டங் களிலேயே சுகாதாரம் என்பது ஒரு கேள்விக்குறியான கவலையாக இருந்து வருகிறது.

இருப்பினும் வளரும் நாடுகளில் உள்ள பல ஏழைக் குடும்பங்கள் மிகவும் அடிப்படையான, மற்றும் பெரும்பாலும் சுகாதாரமற்ற கழிவறைகளைப் பயன்படுத்துகின்றன. மேலும் கிட்டத்தட்ட ஒரு பில்லியன் மக்கள் கழிவறையை அணுகவே இல்லை.

அவர்கள் வெளிப்படையாக மலம் கழிக்க மற்றும் சிறுநீர் கழிக்க வேண்டும். இல்லையெனில் அவர்கள் பறக்கும் கழிவறையை நாட வேண்டும்.

ஃபிளாஷ் கழிப்பறைகள் தண்ணீரைப் பயன்படுத்துகின்றன. அதே சமயம் உலர்ந்த அல்லது ஃபிளாஷ் செய்யாத கழிப்பறைகள் பயன்படுத்துவதில்லை. அவை ஐரோப்பாவிலும் வட அமெரிக்கா விலும் பிரபலமான ஒரு கழிப்பறை இருக்கையுடன் குறைபாடுகள் உள்ளவர்களுக்கான கூடுதல் பரிசீலனைகளுடன் அல்லது ஆசியா

வில் மிகவும் பிரபலமான ஒரு குந்துதல் தோரணையுடன் வடிவமைக்கப்படலாம்.

நகர்ப்புறங்களில் ஃபிளாஷ் கழிப்பறைகள் பொதுவாக செப்டிக் டேங்குகளுக்கு கழிவுநீர் அமைப்புடன் இணைக்கப்படுகின்றன. கருநீர் என்றும், மற்ற ஆதாரங்கள் உட்பட கூட்டு கழிவுகள் கழிவுநீர் என்றும், உலர் கழிவறைகளுக்காக ஒரு குழி இணைக்கப்பட்டுள்ளது.

நவீன கழிப்பறைகளுக்கு பயன்படுத்தப்படும் தொழில்நுட்பம் வேறுபட்டது. கழிப்பறைகள் பொதுவாக பீங்கான், கான்கிரீட் பிளாஸ்டிக் அல்லது மரத்தால் செய்யப்படுகின்றன.

புதிய கழிவறை தொழில்நுட்பங்களில் டூயல்ஃபிளஷிங், லோ ஃப்ளஷிங், டாய்லெட் சீட் வார்மிங், சுய சுத்தம், பெண் சிறுநீர் கழிப்பறைகள், மற்றும் தண்ணீர் இல்லாத சிறுநீர் கழிப்பறைகள் ஆகியவை அடங்கும்.

விமான கழிப்பறைகள் காற்றில் செயல்படும் வகையில் சிறப்பாக வடிவமைக்கப்பட்டுள்ளன. மலம் கழித்த பிறகு சுகாதாரத்தை பராமரிக்க வேண்டிய அவசியம் உலகளவில் அங்கீகரிக்கப்பட்டுள்ளது. கழிப்பறை காகிதம் ரோல் சிறுநீர் கழித்த பிறகு துடைக்கப் பயன்படுகிறது.

தனியார் விடுதிகளில் பிராந்தியம் மற்றும் பாணியைப் பொறுத்து, கழிப்பறை மடு, குளியல் மற்றும் குளியலறை போன்றவை குளியலறையில் இருக்கலாம்.

மற்றொரு விருப்பம் என்னவென்றால் உடலைக் கழுவுவதற்கு ஒரு அறை தனியாக வேண்டியுள்ளது.

சிறுநீர்த் தொகுதிகள் மற்றும் கழிப்பறை தொகுதிகள் போன்ற பொருட்கள் கழிப்பறைகளின் வாசனை மற்றும் தூய்மையை பராமரிக்க உதவுகிறது.

ஒரு பொதுவான ஃப்ளஷ் டாய்லெட் என்பது ஒரு பீங்கான் கிண்ணம் மேலே ஒரு தொட்டியுடன் இணைக்கப்பட்டுள்ளது. இது தண்ணீரை விரைவாக நிரப்ப உதவுகிறது.

மேலும் 'கீழ்' பக்கத்தில் கழிவுநீரை அகற்றும் வடிகால் குழாய் உள்ளது.

ஒரு கழிப்பறையை சுத்தப்படுத்தும் போது கழிவுநீர் செப்டிக் டேங்கிற்குள் அல்லது கழிவுநீர் சுத்திகரிப்பு நிலையத்துடன் இணைக்கப்பட்ட அமைப்பில் பாய வேண்டும்.

டாய்லெட் கிண்ணத்தில் உள்ள தண்ணீர் தலைகீழாக ஷு வடிவில் உள்ள குழாயுடன் இணைக்கப்பட்டுள்ளது. ஷு சேனலின் ஒரு பக்கம், கிண்ணத்தில் உள்ள தண்ணீரை விட அதிக நீளமான சைஃபோன்ட்யூப்பாக அமைக்கப்பட்டுள்ளது.

சைஃபோன்குழாய் வடிகால் இணைக்கிறது. வடிகால் குழாயின் அடிப்பகுதி, வடிகால் கீழே பாயும் முன் கிண்ணத்தில் உள்ள நீரின் உயரத்தைக் கட்டுப்படுத்துகிறது.

கிண்ணத்தில் உள்ள நீர் கழிவுநீர் வாயு கட்டிடத்திற்குள் நுழைவ தற்கு ஒரு தடையாக செயல்படுகிறது. கழிவுநீர் பாதையில் இணைக்கப்பட்ட வென்ட்குழாய் வழியாக கழிவுநீர் வாயு வெளி யேறுகிறது.

வழக்கமான ஃப்ளாஷ் கழிப்பறைகள் பயன்படுத்தும் தண்ணீரின் அளவு பொதுவாக தனிப்பட்ட தினசரி நீர் பயன்பாட்டில் குறிப்பிடத்தக்க பகுதியை உருவாக்குகிறது.

இருப்பினும் நவீன குறைந்த ஃபிளஷ் கழிப்பறை வடிவமைப்புகள் மிகக் குறைவான தண்ணீரைப் பயன்படுத்த அனுமதிக்கின்றன.

பயணிகள் ரயில் கழிப்பறைகள் விமான கழிப்பறைகள், பேருந்து கழிப்பறைகள் மற்றும் குழாய்கள் கொண்ட கப்பல்கள் பெரும்பாலும் வெற்றிடக் கழிப்பறைகளைப் பயன்படுத்துகின்றன.

குறைந்த நீரின் பயன்பாடு நீரை மிச்சப்படுத்துகிறது. மேலும் இயக்கத்தில் கழிப்பறை கிண்ணத்திலிருந்து தண்ணீர் வெளியேறு வதைத் தவிர்க்கிறது.

●

13. உலர் கழிவறைகள் ஒழிக்கப்பட வேண்டும்

இந்தியாவில் நகரங்களில் உலர் கழிப்பறை முறை இன்னும் பல மாநிலங்களில் இருந்து வருவது அவமானகரமான செய்தியாக உள்ளது.

அங்கெல்லாம் மனிதக் கழிவை மனிதரே அதாவது தாழ்த்தப்பட்ட சாதியினரே அகற்றுகின்றனர். இவர்கள் பொதுவாக வால்மீகி தலித்துகள் என்று கூறப்பட்டாலும் தமிழ்நாட்டில் அருந்ததியர், சக்கிலியர் என்றும் ஆந்திராவில் 'மாதிகா' என்றும் கூறப்படுவது போல ஒவ்வொரு மொழி பேசும் மாநிலங்களிலும் இவ்வாறான பெயர்கள் வழங்கப்படுகின்றன.

மனிதக்கழிவை அகற்றும் தலித்துகளில் 85 சதவீதத்தினர் பெண் பாலரேயாவர்.

'அடுத்த பிறவி ஒன்று இருக்குமேயானால் அப்பிறவியில் நான் தோட்டியாக பிறக்க விரும்புகிறேன்' என்று மகாத்மா காந்தி கூறினார்.

கையால் மலம் அள்ளுதல் உள்ளிட்ட துப்புறவு வேலைகள

சமூகத்தின் உயர்ந்த பணி என்று காந்தி கூறினார்.

'மனிதக் கழிவை அகற்றுவதை மாண்புமிக்க பணி' என்று மகாத்மா கருதியதாலேயே சமூகத்தில் எல்லோரும் அப்படி நினைப் பார்கள் என்று அவர் கற்பனை செய்ததால் அவ்வாறு கூறினார்.

ஆனால் யதார்த்தம் முற்றிலும் வேறாக உள்ளது. தாழ்த்தப்பட்ட வகுப்பினரே தோட்டிகள் என்கிற மனிதக் கழிவை அகற்றும் பணி செய்யும் பிரிவினரை இழிந்தவராகக் கருதுகின்றனர்.

தீண்டாமையின் உச்சகட்டக் கொடிய வடிவமான மனிதக் கழிவை மனிதர்களே அகற்றும் இழிநிலை இந்தியா சுதந்திரம் அடைந்து இத்தனை ஆண்டுகளுக்கு பின்னரும் நீடிப்பது அவமானகரமாகும்.

1993 ஆம் ஆண்டு நாடாளுமன்றத்தில் 'மனிதக்கழிவை மனிதரே அகற்றுமாறு செய்வது, உலர் கழிபபறைகள் கட்டுவது, தடுப்புச் சட்டம் நிறைவேற்றப்பட்டது.

உலர் கழிப்பறைகளை நவீன கழிப்பறைகளாக மாற்றுவதற்கு அரசு மானியம் வழங்கும் திட்டம் கொண்டு வரப்பட்டது.

இத்திட்டத்தின் பணத்தைக் கொண்டு மனிதக் கழிவை மனிதரே அகற்றும் கொடுமையை ஒழிப்போம்' என்று ஊடகங்களில் விளம்பரம் செய்யப்பட்டது.

சில சிற்றூர்களில் தண்ணீர் வசதிக்கோ, பராமரிப்பு வசதிக்கோ ஏற்பாடு செய்யாமல் கழிப்பிடக் கட்டடங்கள் கட்டப்பட்டு பணம் பாழடிக்கப்பட்டு வந்தது.

சிற்றூர்களில் 90 விழுக்காட்டினர் திறந்தவெளிகளில் மலம் கழிக்கும் நிலை இருக்கும்போது இத்தகைய கழிப்பிடங்கள் கட்டப்படு வதைக் கண்டு மனம் குமுறினர் மக்கள்.

மனிதக் கழிவை மனிதர் அகற்றுவதற்கான தடைச்சட்டம் நடை முறைக்கு வந்து இத்தனை ஆண்டுகளுக்குப் பின்பும் லட்சக்கணக் கான தாழ்த்தப்பட்ட மக்கள் இப்பணியில் ஈடுபடுத்தப்பட்டு வருவதை எதிர்த்து மனித உரிமை அமைப்புகள் உச்சநீதிமன்றத்தில் 2003 ஆம் ஆண்டு வழக்குத் தொடுத்தன.

எனவே மனிதக் கழிவை மனிதர் அகற்றும் நிலை குறித்து மாநில அரசுகள் அறிக்கை அளிக்க வேண்டும் என்று உச்சநீதி மன்றம் ஆணையிட்டது.

இதில் முதல் குற்றவாளியாக இந்திய இரயில்வே துறை இருக்கிறது. பெருநகரங்களில் தொடர்வண்டி நிலையங்களில் மனிதக் கழிவை மனிதரே அகற்றும் அவலநிலை இன்னும் இருக்கிறது. தொடர் வண்டிகளில் கழிப்பறைக் கழிவுகள் நிலையங்களில் கீழே விழாத வாறு நவீன வசதிகளை ஏற்படுத்த வேண்டும்.

மனிதக் கழிவை மனிதர் அகற்றும் இழிநிலை முற்றாக ஒழிக்கப்பட வேண்டும். மாநகராட்சிகளில் பாதாளச் சாக்கடைகளில் கழிவுகள் எந்திரங்கள் மூலம் மட்டுமே அகற்றப்படும் நிலைமை ஏற்படுத்த வேண்டும்.

இந்தியா முழுவதும் துப்புரவுப் பணியாளர்களாகத் தாழ்த்தப்பட்ட மக்களே இருக்கின்றனர். சாதி அமைப்பும், அதன் ஒடுக்குமுறையும் அப்படியே நீடிக்கின்றன என்பதற்கு இது தக்க சான்றாகும். துப்புரவுப் பணியை உடல் நலத்திற்கு ஊறுவிளைவிக்காத வகையில் நவீனப்படுத்த வேண்டும்.

மாநகரங்களில் பாதாளச் சாக்கடைகளில் கழிவுகளை அகற்றும் பணியில் தாழ்த்தப்பட்ட வகுப்பினர் ஈடுபடுத்தப்படுகின்றனர். இந்தப் பணிக்காக பாதாளச் சாக்கடைகளில் இறங்கும் போது விஷ வாயு தாக்கிப் பலர் இறக்கின்றனர்.

நகரங்களில் வீடுகளில் உள்ள உலர் கழிவறைகளை முற்றிலும் ஒழிக்க வேண்டும். நகரங்களில் பல வீடுகளில் கழிவுத்தொட்டி அமைக்காமல், கழிவறையிலிருந்து மலம் தெருவில் உள்ள கழிவுநீர்க் கால்வாய்க்குச் செல்லுமாறு கழிப்பறைகள் கட்டப்பட்டுள்ளன. நகராட்சி நிர்வாகங்கள் இவற்றைக் கண்டறிந்து ஒழிக்க வேண்டும்.

உத்தரப் பிரதேச அரசு, அம்மாநிலத்தில் மனிதக் கழிவை மனிதர் அகற்றும் நிலை இருக்கிறது என்று உச்சநீதிமன்றத்தில் அறிக்கை

அளித்துள்ளது. தமிழ்நாடு உள்ளிட்ட பெரும்பாலான மாநிலங்கள் தம் மாநிலத்தில் இந்நிலை இல்லை என்று தெரிவித்துள்ளன.

ஆனால் தமிழ்நாட்டிலும் பல இடங்களில் மனிதக்கழிவை தாழ்த்தப்பட்ட வகுப்பு பெண்கள் அகற்றுவதை அவ்வப்போது பத்திரிகை ஊடகங்கள் வெளியிட்டுக் கொண்டுதான் இருக்கிறது.

மத்திய பிரதேச மாநிலத்தில் விதிஷா மாவட்டத்தில் 200 குடும்பங்கள் மனிதக் கழிவை அகற்றும் பணியில் ஈடுபட்டிருப்பதாக விரிவான கட்டுரையை படத்துடன் 'தி இந்து' ஆங்கில நாளிதழ் 16.12.2010 இல் வெளியிட்டது.

உ.பி, பீகார், உத்தர்கண்ட் உள்ளிட்ட வட இந்தியாவில் ஆறு மாநிலங்களில் 2004 ஆம் ஆண்டு 6 லட்சம் உலர் கழிப்பறைகள் இருந்தன. அவை இப்போது 2.4 லட்சமாகக் குறைந்துள்ளன என்று மத்திய அரசின் வீட்டுவசதி மற்றும் நகர வறுமை ஒழிப்புத்துறை அமைச்சகம் தெரிவித்துள்ளது.

மனிதக் கழிவை மனிதர் அகற்றுவதை ஒழிப்பதற்கான தலித் அமைப்பு பத்து ஆண்டுகளுக்கு முன்பு 13 லட்சமாக இருந்த மனிதக் கழிவை அகற்றும் தலித்துகளில் எண்ணிக்கை இப்போது 3லட்சமாக குறைந்துள்ளது எனக் கூறி உள்ளது.

இந்த அமைப்பு 1.11.2010 இல் இந்தியாவில் பல பகுதிகளிலிருந்தும் இந்த இழிவு தொழிலிருந்து விடுபட்ட தலித்துகளைத் திரட்டி பேரணி நடத்தியது.

அரியானா மாநிலத்தில் 2010 மே மாதத்தில் அம்பாலா மாவட்ட ஆட்சியர் அலுவலகத்தின் முன் வாழ்நாள் முழுவதும் மனிதக் கழிவை அகற்றும் தொழில் செய்து வந்த தலித்துகள் 60 பேர் தாம் பயன்படுத்திய மலம் தூக்கிச் செல்லும் கூடைகளைத் தீயிட்டுக் கொளுத்தினர்.

●

14. கழிப்பறையும் வாழ்வியல் சிக்கல்களும்...

தமிழர்கள் வாழ்விடங்கள் பெரும்பாலும் சூடான வெட்ட நிலை பிரதேசங்களாகவே உள்ளன. எனவே காடுகரையில் வெளியில் ஒதுங்குவது இயல்பாக இருந்தது.

வெப்ப நிலையில் கழிவு காய்ந்து மண்ணுடன் மண்ணாக விரைவில் கலந்து விடுவதால் இது மிகப் பெரிய சூழலியல் விசயமாக தமிழர் மண்ணில் இருந்திருக்கும் வாய்ப்புகளில்லை.

தமிழர் வரலாற்றில் விஜய நகரப் பேரரசு காலத்தில்தான் கழிவறைகளை (வெறுமே நான்கு சுவர்கள் கொண்ட மறைவிடம்) சுத்தம் செய்வதற்கு சிலரைக் குடியேற்றம் செய்ததாகக் கூறப்படுகிறது.

கழிவுகளை அவதானமாக அகற்ற வேண்டிய தேவை 1850க்கு பின்னர் தெளிவாக உணரப்பட்டது. கழிவுகள் நீர்நிலைகளை களங்கப்படுத்தினால் அவற்றின் மூலம் நோய்க்கிருமிகள் பரவுவது ஏதுவாகிற்று. கழிவுகளில் நோய்க் கிருமிகள் தங்கி மனிதருக்கு பரப்புவதை மருத்துவர்கள் எடுத்துக் கூறினர்.

கழிவு, நீர்நிலை, நோய்க்கிருமி, நோய் ஆகியவற்றின் தொடர்புகள் நிரூபிக்கப்பட்ட பின் கழிவுகளை குடிநீர் நிலைகளில் இருந்து

பிரிப்பது தேவையாயிற்று. உடல் கழிவுகளான மலம், சிறுநீர் ஆகிய வற்றை உடலிலிருந்து அகற்றுவது மனிதனின் அன்றாட தேவை களில் ஒன்று.

அநேக நாடுகளில் 1800களுக்கு முன்னர் காட்டுப்புற அல்லது ஒதுக்குப்புற இடங்களிலோ தான் மனிதர் உடல் கழிவுகளை அகற்றினர். 1800க்குப் பின்னரே தற்கால கழிவறை முறையும் நடைமுறைக்கு வந்தது.

வசதியானவர்கள் வீடுகளில் உள்ள கழிப்பறை வசதி சாமானிய மக்களுக்கு கிடைப்பதில்லை. கிராமங்களை விட மக்கள் நெருக்கம் அதிகமாக உள்ள நகர்ப்புறங்களில் பொதுக் கழிப்பறைகளின் தேவை அதிகமாக இருக்கிறது.

பேருந்து நிலையம், வணிக வளாகங்கள், கோயில்கள் போன்ற இடங்களில் பொதுமக்கள் அதிகமாக வந்து கூடுகின்றனர்.

இங்குள்ள பொதுக் கழிப்பறைகளை பயன்படுத்த வேண்டிய அவசியமும் அவசரமும் அவர்களுக்கு ஒவ்வொரு தொலைதூர பயணத்துக்குப் பிறகும் ஏற்படுகிறது.

அரசாங்கம் வீட்டுக்கு ஒரு கழிப்பறை கட்ட உதவுகின்றது. பொதுக் கழிப்பறைகள் நகரங்களில் வறுமைக் கோட்டுக்கு கீழே வாழும் மக்கள் உள்ள பகுதிகளில் பொதுமக்கள் பயன்பாட்டுக்கென அமைக்கப்படுகின்றன. ஆனால் அவை அங்கு பரவியுள்ள மக்கள் தொகை எண்ணிக்கையின் அடிப்படையில் அமைந்திருப்பதில்லை.

பல இடங்களில் கழிப்பறைக்கு கதவுகள் கிடையாது. கதவுகள் இருந்தாலும் தாழ்ப்பாள் கிடையாது. சுகாதார வசதிகளும் முழுமை யாக இருப்பதில்லை. பல கழிப்பறைகள் பூட்டப்பட்டும், செடி கொடிகள் சூழ்ந்தும் மின்சார வசதியின்றியும் காணப்படுகின்றன.

ஒப்பந்தக்காரர்களால் அவசர கதியில் கட்டப்படும் கழிப்பறைகள் உறுதித்தன்மை அற்றவையாக இருக்கின்றன. சில கட்டப்பட்டு திறக்கப்படாமலும் பொதுக் கழிப்பறைகள் உள்ளன.

மேலும் கழிப்பறையின் சுவர்களால் ஒட்டப்படும் இரங்கல் செய்தி

முதல் பொதுக்கூட்ட நிகழ்வு வரையிலான சுவரொட்டிகள் அதனுடைய வெளிப்புறத் தோற்றத்தை மோசமாக்குகின்றன.

இலவசக் கழிப்பறைகளுக்கும், கட்டணக் கழிப்பறைகளுக்கும் இடையில் பெரிய வேறுபாடு எதுவும் காணப்படுவதில்லை.

இதனால் பொதுமக்கள் கழிப்பறையை பயன்படுத்துவதைத் தவிர்த்து கழிப்பறைக்கு வெளியே உள்ள இடத்தையே பயன்படுத்துகின்றனர்.

மேலை நாடுகளில் கழிப்பறைகளை இலவசமாகப் பயன்படுத்த லாம். அங்கு பொது வெளியைப் பயன்படுத்தினால் அபராதம் வசூலிக்கப்படுகிறது. ஆனால் நம் நாட்டில் கழிப்பறைகளைப் பயன்படுத்த கட்டணம். பொதுவெளிக் கழிப்பிடங்கள் இலவசம்.

கழிப்பறைகளை முறையாகப் பயன்படுத்தும் வழக்கம் மக்களிடையே ஏற்பட வேண்டும். பொதுக் கழிப்பறைகளும் பயன்பாட்டுக்கேற்ற நிலையில் இருக்க வேண்டும்.

பொதுக்கழிப்பறைகளைப் பராமரிக்க தனியான துறை நம் அமைப்பில் இல்லை. அவற்றை நிர்வகிக்கும் பொறுப்பு, சுகாதாரத் துறை, மின்சாரத்துறை, நீர்வழங்கல் துறை போன்ற அனைத்து துறை களுடைய கூட்டுப் பொறுப்பாக இருக்கிறது.

இதில் ஏதேனும் ஒரு துறையின் செயல்பாட்டால் குறைபாடு ஏற்பட்டாலும் பொதுக் கழிப்பறையின் முறையான பயன்பாடு கேள்விக்குறியாக விடுகிறது.

நீரிழிவு நோயாளிகள், கர்ப்பிணிப் பெண்கள் ஆகியோருக்கு அடிக்கடி கழிப்பறையைப் பயன்படுத்த வேண்டிய தேவை ஏற்படுகிறது. எனவே பொதுக்கழிப்பறைகள் முறையாகப் பராமரிக்கப் படுவதோடு தேவைப்படும் தண்ணீர் வசதி, மின்சார வசதி, பாதுகாப்பு போன்றவற்றையும் அரசு வழங்க வேண்டும்.

முதியவர்களின் பயன்பாட்டுக்காக மேற்கத்திய வகை கழிப்பறை களும் ஆங்காங்கே இருத்தல் நலம்.

மேலும் தேவைப்படும் இடங்களில் உதவியாளர்களைப் பணிய மர்த்த வேண்டும். தரைப்பகுதி பாசி படிந்து வழுக்கும் நிலையில் இருந்தால் பயன்பாட்டாளர்கள் உள்ளே நுழையவே தயங்கு வார்கள்.

தேவையான அளவு துப்புரவு சாதனங்களும், கிருமி நாசினிப் பொருட்களும் அன்றாடப் பயன்பாட்டுக்கு உள்ளாட்சி நிர்வாகம் அளிக்க வேண்டும்.

தண்ணீரை சிக்கனமாகப் பயன்படுத்துவது உபயோகிப்பாளர்களின் கடமையாகும்.

உள்ளாட்சி அமைப்பின் மக்கள் பிரதிநிதிகள் ஒவ்வொரு வாரமும் இது பற்றிய விவரங்களை உள்ளாட்சி கூட்டங்களில் விவாதிக்க வேண்டும்.

பொதுக் கழிப்பறைகளில் புகார் பெட்டிகள் வைக்கப்பட்டு அவை அதிகாரிகளால் பரிசீலிக்கப்பட்டு மக்களின் குறைகள் சரி செய்யப் பட வேண்டும்.

எனவே நோய் தோன்றும் இடமாக கழிப்பறைகள் மாறிவிடாமல் இருக்க தேவையான முயற்சிகள் எடுக்கப்பட வேண்டும்.

கழிப்பறையை முறையாகப் பயன்படுத்துவது குறித்த விளம்பரங் களை அடிக்கடி ஒளிபரப்பி மக்களிடையே இது சார்ந்த விழிப்புணர்வை ஏற்படுத்த வேண்டும் பள்ளி வகுப்புகளிலும் இதன் அவசியத்தை எடுத்துச் சொல்ல வேண்டும்.

அப்போது தான் மாணவர்கள் கழிப்பறைப் பயன்பாடு குறித்து அறிந்து கொள்வார்கள்.

15. முழு சுகாதார தமிழகம் எப்போது?

ஒரு ஆரோக்கியமான மனிதனால் தான் வாழ்க்கையை மகிழ்ச்சியாக அனுபவிக்க முடியும்.

சுத்தமான காற்று, உணவு கட்டுப்பாடு, தினமும் உடற்பயிற்சி செய்தல் மற்றும் ஒழுங்கான ஓய்வு போன்றவற்றினை கடைப் பிடிப்பதனால் மட்டுமே நம்மால் ஆரோக்கியமான வாழ்வை வாழ முடியும்.

சுத்தமில்லாத வாழ்க்கை நோய்களை இலகுவில் உண்டாக்கி நம் வாழ்வை இருளாக்கி விடும்.

ஒவ்வொரு மனிதர்களுக்கும் இருக்கக் கூடிய பொதுவான எதிர் பார்ப்பே நாம் நலமாக வாழ வேண்டும் என்பதுதான். நலவாழ்வு என்ற அடிப்படையான எண்ணக் கருவையே வளர்ச்சியடைந்த நாடுகள் அடிப்படையாகக் கொண்டு தமது நாட்டை வளர்ச்சி யடையச் செய்கின்றன.

சுகாதாரம் என்பது மனிதனுடைய உடல் சார்ந்த ஆரோக்கியம் மற்றும் மனம் சார்ந்த ஆரோக்கியம் என்பன தொடர்பானதாகும்.

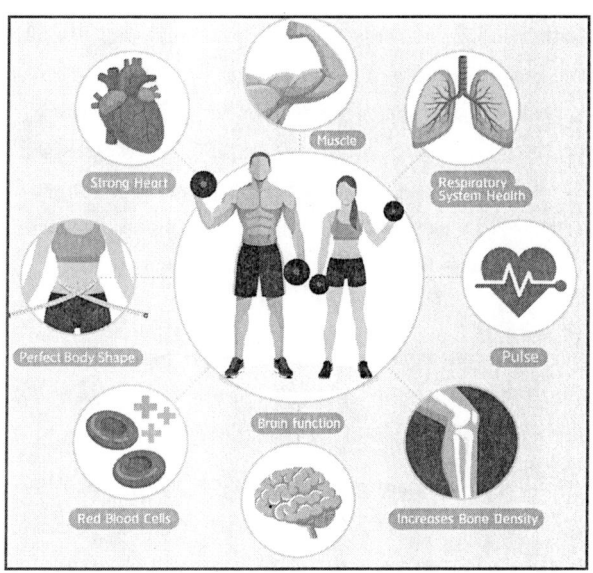

ஒவ்வொரு பிரஜைகளுக்கும் ஆகச் சிறந்த நலவாழ்வை வழங்குவதே அரசாங்கத்தின் பணியாகும். ஆனால் நமது சமூகத்தில் இவை எல்லா மக்களுக்கும் கிடைப்பதில்லை.

நடுத்தர மற்றும் ஏழை மக்களுக்கு இவர்களது பொருளாதார நிலை அவர்களது சுகாதார பிரச்சனைகளுக்கு காரணமாக இருக்கிறது. இருப்பினும் நாம் நம்மால் முடிந்த அளவிற்கு சுத்தமாகவும், சுகாதாரமாகவும் இருக்க வேண்டும்.

இன்றைய உலகம் சந்திக்கும் பெரும் பிரச்சனையாக இருப்பது தொற்று நோய்களாகும். நாம் சுத்தமாகவும், சுகாதாரமாகவும் இருந்தால் தொற்று நோய்களில் இருந்து நம்மை பாதுகாத்துக் கொள்ளலாம்.

மத்திய மற்றும் மாநில அரசுகள் இணைந்து ஊரகப் பகுதிகளில் உள்ள அனைத்து வீடுகளிலும் கழிவறை கட்டி தூய்மையான இந்தியாவை உருவாக்குவதே தூய்மை பாரத இயக்கத் திட்டத்தின் முக்கிய குறிக்கோளாகும்.

மேற்கண்ட மத்திய மாநில அரசுகளின் வழிகாட்டுதலின் மூலம் திறந்தவெளி மலம் கழிக்கும் பழக்கம் அற்ற மாவட்டமாக மாற்ற மாவட்ட அளவில் அனைத்து துறைகளும் ஒருங்கிணைந்து செயல் பட ஒருங்கிணைப்பு குழு அமைக்கப்பட்டு, இக்குழுவில் பொது சுகாதாரம், கல்வித்துறை, ஒருங்கிணைந்த குழந்தைகள் மேம் பாட்டுத்துறை, சமூக நலத்துறை மற்றும் சத்துணவுத்துறை போன்ற அனைத்து துறைகளும் இணைந்து இவ்விலக்கினை அடைய செயல் பட்டது.

திறந்தவெளியில் மலம் கழிக்கும் நிலை அற்ற ஊராட்சியாக மாற்ற, அனைத்து ஊராட்சிகளிலும் ஊக்குவிப்பாளர்கள் தேர்வு செய்யப் பட்டு அவர்களுக்கு பயிற்சிகள் அளிக்கப்பட்டுள்ளன.

ஊரகப் பகுதிகளில் உள்ள ஊராட்சி ஒன்றிய பள்ளிகள் மற்றும் அரசுப் பள்ளிகளில் உள்ள கழிவறைகள் மற்றும் வகுப்பறைகள் முறையாக சுத்தம் செய்து பராமரிப்பு மேற்கொள்ள, பள்ளிக் கல்வித்துறை மற்றும் ஊரக வளர்ச்சித்துறை இணைந்து பராமரிப்பு

பணி மேற்கொள்ள நிறுவனங்கள் மூலம் தற்காலிக துப்புறவுப் பணியாளர்கள் நியமனம் செய்து, கழிவறை சுத்தம் செய்ய தேவைப் படும் உபகரணங்கள் வழங்கி, பள்ளிக் கழிவறை பராமரிப்புப் பணிகள் மேற்கொள்ளப்பட்டு வருகின்றன.

முழு சுகாதார தமிழகம் - முன்னோடி தமிழகம் என்ற குறிக்கோளை அடைய தமிழக சட்டமன்றத்தில் 29.8.2016 அன்று 110 விதியின் கீழ் முதல்வரால் அறிவிப்பு செய்யப்பட்டது.

முழு சுகாதார தமிழகம் முன்னோடி தமிழகம் என்ற இலக்கினை அடைய மாநில அரசு பல்வேறு முன்முயற்சி திட்டங்களை செயல் படுத்தி வருகிறது.

திறந்த வெளியில் மலம் கழித்தல் அற்ற மாநிலமாக உருவாக்குவ தற்கு அனைத்து தரப்பு மக்களையும் ஒருங்கிணைத்துத் தனிநபர் இல்லக் கழிப்பறைகள் கட்டும் திட்டம் செயல்படுத்தப்பட்டு வருகிறது.

ஊராட்சியில் கழிவறை பயன்பாடு பற்றிய மனமாற்றத்தைக் கொண்டு வர தூண்டுதல் பயிற்சிகள் ஊக்குனர்கள், மகளிர் குழுக்கள் மற்றும் தன்னார்வலர்கள் மூலம் தொடர்ந்து நடத்தப்பட்டது.

மேற்கண்ட பயிற்சிகள் மூலம் மக்களிடையே கழிவறை பயன்பாடு பற்றிய விழிப்புணர்வு ஏற்படுத்தி கழிவறைகள் கட்டப்பட்டு பயன்பாட்டில் கொண்டு வரப்பட்டு வருகின்றன.

16. கழிவறையை சுத்தம் செய்வது எப்படி?

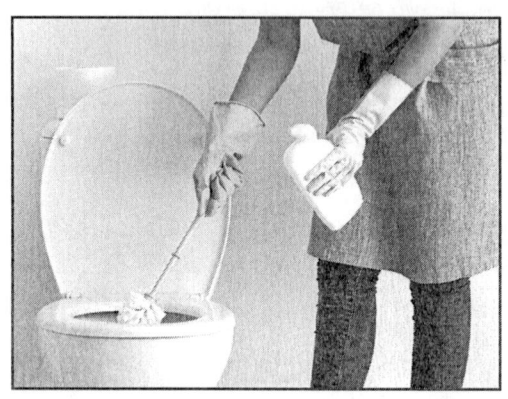

நாம் அனைவருமே ஆடம்பரத்தை மிக முக்கியமான ஒன்றாக எண்ணுகிறோம். ஆனால் சுத்தமான கழிப்பறை என்பது நம்முடைய ஆடம்பரத்தை விட அதிமுக்கியமான ஒன்று என்பதை யாரேனும் உணர்ந்ததுண்டா?

உங்கள் கழிப்பறையை நீங்கள் சுத்தமாக வைத்திருப்பதாக ஒரு திடமான மாயையை வளர்த்து வந்திருக்கிறீர்கள். ஆனால் அது முற்றிலும் உண்மையல்ல.

கழிப்பறையில் பல்வேறு இடங்களில், ஏராளமான நுண்ணுயிரிகளும் கிருமிகளும் மறைந்திருந்து உங்களைத் தாக்கிக் கொண்டு தான் இருக்கின்றன.

கழிப்பறையில் சில்லியன் கணக்கில் பிளவுகள் மற்றும் விரிசல்களில் பல நுண்ணிய கிருமிகள் பாக்டீரியாக்கள் உங்களைக் கபளீகரம் செய்ய காத்துக் கிடக்கின்றன என்ற உண்மை தெரியுமா உங்களுக்கு?

அவை டாய்லெட் பிரஷ்ஷில் கழிப்பறை விளிம்பிற்கு கீழ் கழிப்பறைக்கு பின் மற்றும் கழிப்பறை இருக்கை மீது படிந்திருக்

கலாம். நீங்கள் சுத்தம் செய்ததாக நினைத்த கழிப்பறையில் கற்பனை செய்ய முடியாத அளவில் மாசுக்களும், கிருமிகளும் இருக்கின்றன.

குளியலறை கழிப்பறையைவிட டாய்லெட் பிரஷ்ஷில்தான் அதிக கிருமிகள் இருக்கிறது. சிலர் கழிப்பறையை சுத்தம் செய்வதில் காட்டும் அக்கறையை பிரஷ்ஷை கழுவுவதில் காட்டுவதில்லை. இதன் பலனாக பிரஷ்ஷில் உள்ள நுண்ணுயிரிகள் இனப்பெருக்கம் செய்து எல்லா வகை பாக்டீரியா தொற்றுக்களையும் உருவாக்கு கிறது.

அசுத்தமான கழிப்பறை இருப்பதைப் போலவே நீங்கள் கற்பனை செய்தால் மட்டுமே இந்த கிருமிகள் மாசுக்களை கட்டுப்படுத்த முடியும்.

கழிப்பறையை சுத்தம் செய்த பின் டாய்லெட் கிளீனிங் பிரஷ்ஷை யும், கிருமிநாசினி அல்லது பிளீச்சிங் திரவத்தில் ஒரு இரவு ஊற வைத்து நன்கு கழுவ வேண்டும். அதன் பின்பே அடுத்த முறை பயன் படுத்த வேண்டும்.

கழிவறைக்கு பின்புற சுவர் பகுதியையும் சுத்தம் செய்வது கடின மானது என்றாலும் அதுவும் மிக முக்கியமான ஒன்றுதான். கிருமி நாசினி தெளிப்பான்கள் கொண்டு அந்தப் பணியைச் செய்யலாம்.

கிருமி நாசினி திரவத்தை தெளித்து ஒரு இரவு முழுவதும் கழிப்பறை மற்றும் சுவர் பகுதிகளை ஒரு இரவு அப்படியே விட்டு விடுங்கள். ஏனெனில் சில ஆட்கொல்லிகள் எளிதில் ஒழியாது. பிடிவாதமாகத் தங்கியிருக்கும் அவற்றை அழிக்க இந்த கிருமி நாசினி தெளிப்பு உதவும்.

கழிப்பறை விளிம்புகள் சரிவர சுத்தம் செய்யப்படாமல் இருந்தால் அது பாக்டீரியாக்களையும், கிருமிகளையும் இனப்பெருக்கம் செய்து விடும். மேலும் அது மிக மிக ஆபத்தானதாகி விடும்.

உங்கள் கழிவறை மற்றும் கழிவறை விளிம்புகளுக்கு ஏற்றாற்போல பிரஷ்ஷைத் தேர்ந்தெடுங்கள்.

உங்கள் கழிப்பறையை சுத்தம் செய்கையில் கழிப்பறை விளிம்பு களில் சுத்தத்திற்கு அதிக கவனம் செலுத்துங்கள். மேலும் அதை சுத்தப்படுத்த கொஞ்சம் அதிகப்படியான எல்போகிரீஸை பயன் படுத்துங்கள்.

மிக நுணுக்கமான வேலை என்பதால் கைகளுக்கு பாதுகாப்பு உறை போட மறவாதீர்கள்.

ஃபிளஷ் டேங்கில் வெள்ளை வினிகரை ஊற்றுவதால் ஒவ்வொரு ஃபிளஷ்ஷின் போதும் புதிய வாசனை வருவதோடில்லாமல் இது உங்கள் சானிடரி வேர் மீது எந்த விதமான கடின நீரும் தேங்காமல் பார்த்துக் கொள்கிறது.

வினிகர் ஒரு சிறந்த கிருமிநாசினி. மற்றும் கறை நீக்கும் நண்பன். மேலும் 100% நச்சுத்தன்மையற்றது. நீங்கள் தினமும் வினிகரை ப்ளஷ்டேங்கில் ஊற்றினால் அது மிகக் குறைந்த கறைகளை மட்டுமே அந்த வார இறுதியில் நீங்கள் சுத்தம் செய்வதற்கு விட்டு வைக்கும்.

உங்கள் கழிவறையில் சுத்தமாக வைக்க வேண்டிய முக்கியமான ஒன்று ஃப்ளஷ் டேங்க், ஃப்ளஷ் செய்வது மிக முக்கியம். நன்றாக ஃப்ளஷ் செய்துள்ளீர்களா என்று பார்ப்பதை விட கழிவுகள் சரியாக நீக்கப்படும் அளவிற்கு சுத்தமாக ஃபிளஷ் செய்துள்ளீர்களா என்று பார்க்க வேண்டும்.

எந்த கசடுகளும் ஈக்களும் வந்து தங்காத அளவுக்கு சுத்தமாக இருக்க வேண்டும்.

கழிவறை துடைத்தாள் (Toilet Paper) மனிதர்கள் மலம் அல்லது சிறுநீர் கழித்த பின் தங்களது சுகாதாரம் பேணுவதற்காகப் பயன் படுத்தும் ஓர் மெல்லிழைத்தாளினாலான துடைப்பானாகும்.

இடைவெளிகளில் கிழிக்கக் கூடியதாக துளைகளிடப்பட்டு காகித அட்டை உருளையின் மீது ஒரே நீளமானப் பட்டையாக இது பொதுவாக விற்கப்படுகிறது.

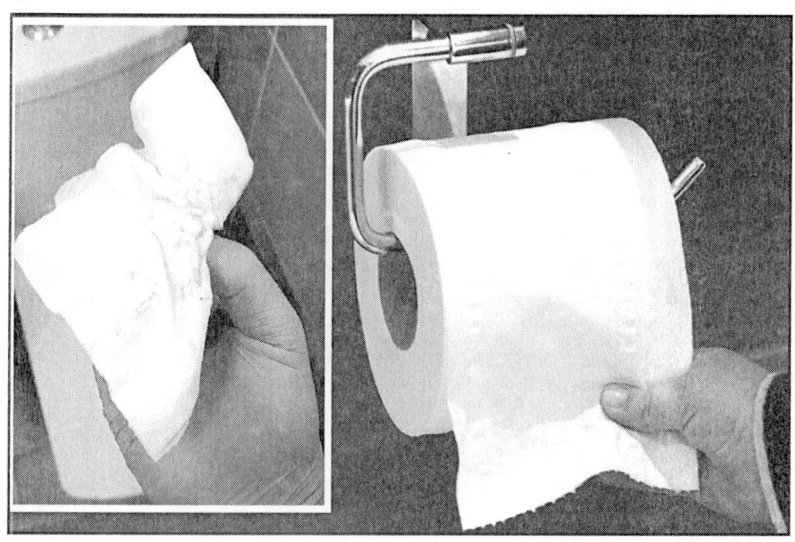

நீரில்லாத கழிவறையில் உள்ள ஓர் பிடிப்பானில் பொருத்தப் பட்டு வேண்டிய அளவில் எடுத்துக் கொள்ளுமாறு அமைக்கப் பட்டுள்ளது.

பெரும்பாலான நவீன துடைத்தாள்கள் மலக்குழியில் மக்கி அழியுமாறு தயாரிக்கப்படுகிறது. இந்தத் தன்மையே பிறகு குளியலறை மற்றும் முகத்திற்கான மெல்லிழைத்தாள்களிலிருந்து துடைத்தாள்களை வேறுபடுத்துகிறது.

இத்தகைய தாள்களைப் பயன்படுத்துவது குறித்து சீனாவில் ஆறாம் நூற்றாண்டிலேயே பதிவு செய்யப்பட்டுள்ளது. 14 ஆம் நூற்றாண்டில் இவை பெரிய அளவில் தயாரிக்கப்பட்டன.

நவீன துடைத்தாள்கள் 19 ஆம் நூற்றாண்டிலிருந்து வழக்கத்திற்கு வந்தன.

உருளை வடிவ பிடிப்பான்களுடன் கூடிய துடைத்தாள்களுக்கான காப்புரிமை 1883 இல் கோரப்பட்டுள்ளது.

●

17. முன்னேறிய நாடுகளில் சுகாதாரக் கழிவறைகள்

ஐரோப்பிய நாடுகளில் பெரும்பாலும் கழிப்பறை மற்றும் பிடெட் தனித்தனியாக இருக்கும். ஜப்பானில் உள்ள சில கழிப்பறைகள் மற்றவை வளர்ந்த நாடுகளில் பொதுவாகக் காணப்படும் கழிப்பறைகளை விட மிகவும் விரிவானவை.

அதே நேரத்தில் ஜப்பான் கழிப்பறையுடன் எலக்ட்ரானிக் பிடெட்டை இணைக்கிறது. ஜப்பானில் மேற்கத்திய பாணி கழிப்பறைகளுக்கான தற்போதைய நிலை பிடெட் டாய்லெட் ஆகும். இது மார்ச் 2016 இல் 81% ஜப்பானிய குடும்பங்களில் நிறுவப்பட்டுள்ளது.

ஜப்பானில் இந்த பிடெட்டுகள் பொதுவாக வாஷ்லெட்டுகள் என்று அழைக்கப்படுகின்றன. இது டேரிட்டோ லிமிடெட்டின் பிராண்ட் பெயர். மேலும் ஆசியாவிற்கு வெளியே அரிதாகவே காணப்படும் பல மேம்பட்ட அம்சங்களை உள்ளடக்கியது.

வாஷ்லெட்டுகளில் பொதுவாகக் காணப்படும் அம்சம் முழு சுகாதாரம், பிடெட் கழுவுதல், இருக்கை வெப்பமடைதல் மற்றும் டியோடரை சேஷன்.

ஜப்பானிய கழிப்பறைகள் கலாச்சாரத்தில் நன்கு அறியப் பட்டவை மற்றும் பெரும்பாலும் ஜப்பானில் அமைக்கப்பட்ட நகைச்சுவை படைப்புகள் பகடி செய்யப்படுகின்றன.

'டோயர்' என்பது ஆங்கில மொழி வார்த்தையின் 'டாய்லெட்' என்பதன் சுருக்கமான வடிவமாகும். மேலும் இது கழிப்பறை மற்றும் அது அமைந்துள்ள அறைக்கு பயன்படுத்தப்படுகிறது. இது அமெரிக்க ஆங்கிலத்தில் 'வாஷ்ரூம்' என்றழைக்கப்படுகிறது.

அதாவது எதையாவது கழுவும் அறை மற்றும் கழிவறை என்று பொருள். இது சுய சுத்தம் செய்யும் செயலைக் குறிக்கிறது.

ஜப்பானில் பொதுவாகக் காணப்படும் இரண்டு வகையான கழிப்பறைகள் உள்ளன. பழமையான வகை ஒன்று. இரண்டாம் உலகப் போருக்குப் பின் நவீன மேற்கத்திய வகை கழிப்பறைகள் இரண்டாம் வகை.

பாரம்பரிய ஜப்பானிய பாணி கழிப்பறை குந்து கழிப்பறை ஆகும். இந்த குந்து கழிப்றையானது, கட்டுமானம் மற்றும் வேலை செய்யும் முறை ஆகிய இரண்டிலும் உட்கார்ந்து இருந்தும் கழிப்பறையி லிருந்து வேறுபடுகிறது.

ஒரு குந்து கழிப்பறை அடிப்படையில் தரையில் கிடை மட்டமாக அமைக்கப்பட்ட ஒரு சிறிய சிறுநீர் கழிப்பறை போல் தெரிகிறது.

ஜப்பானில் உள்ள பெரும்பாலான கழிப்பறைகள் பீங்கான்களால் ஆனவை. இருப்பினும் சில நேரங்களில் (ரயில்களில் இருப்பது போல) துருப்பிடிக்காத எஃகு பயன்படுத்தப்படுகிறது.

பயனர் கழிப்பறையின் மீது குந்து அரைக்கோள பேட்டை, அதாவது வலதுபுறத்தில் காணப்படும் படத்தில் கழிப்பறையின் பின்புறத்தில் உள்ள சுவரை எதிர்கொள்கிறார்.

வெஸ்டர்ன் டாய்லெட்டில் உள்ளதைப் போல ஒரு பெரிய தண்ணீர் நிரப்பப்பட்ட கிண்ணத்திற்குப் பதிலாக ஒரு ஆழமற்ற தொட்டி குழாய்கள் மற்றும் ஃப்ளாஷிங் மெக்கானிசம் போன்ற மற்ற அனைத்து சாதனங்களும் ஒரு மேற்கத்திய கழிப்பறைக்கு

ஒத்ததாக இருக்கலாம். சுத்தப்படுத்துதல், தொட்டியில் இருந்து கழிவுப் பொருட்களை சேகரிக்கும் நீர்த் தேக்கத்தில் தள்ளப்படுவதற்கு காரணமாகிறது.

ஃபிளாஷ் பெரும்பாலும் வெஸ்டர்ன் டாய்லெட்டைப் போலவே இயக்கப்படுகிறது. இருப்பினும் சிலவற்றில் இழுக்கும் கைப்பிடிகள் அல்லது பெடல்கள் உள்ளன.

பல ஜப்பானிய கழிப்பறைகள் இரண்டு வகையான ஃபிளாஷ்களை கொண்டவை.

மேற்கத்திய பாணி கழிப்பறைகள், பாரம்பரிய குந்து கழிப்பறைகளை விட ஜப்பானிய வீடுகளில் இப்போது மிகவும் பொதுவானவை.

இருப்பினும் சில பழைய அடுக்குமாடி குடியிருப்புகள் கழிப்பறை அல்லது அதன் அறையில் சிறுநீர் கழித்தல் மற்றும் மலம் கழிப்பதற்கு சரியான வழியை விளக்கும் ஸ்டிக்கர்களை வைத்துள்ளன.

பள்ளிகள், கோயில்கள் மற்றும் ரயில் நிலையங்களில் உள்ள பல பொதுக் கழிப்பறைகள் இந்த குந்து கழிப்பறைகளுடன் மட்டுமே பொருத்தப்பட்டுள்ளன.

எவ்வாறாயினும் ஜப்பானியர்கள் தங்கள் சொந்த வீடுகளில் நீண்ட நேரம் உட்காருவதை விரும்புவார்கள். குறிப்பாக வயதானவர்கள் அல்லது உடல் ஊனமுற்றவர்கள் ஆகியோர் இதனை விரும்புவர்.

ஜப்பானில் உள்ள சிறுநீர் கழிப்பறைகள் உலகில் பிற பகுதிகளில் உள்ள சிறுநீர் கழிப்பறைகளைப் போலவே உள்ளன. மேலும் முக்கியமாக பொது ஆண் கழிப்பறைகள் அல்லது அதிக எண்ணிக்கையிலான பயனர்களைக் கொண்ட ஆண் கழிப்பறைகள் பயன்படுத்தப்படுகின்றன.

1951 மற்றும் 1968க்கு இடையில் ஜப்பானிய கழிப்பறை உற்பத்தி நிறுவனமான டோட்டோவால் அமெரிக்கன் சானிஸ்டாண்ட் பெண் சிறுநீர் கழிப்பிடத்தை பிரபலப்படுத்த முயற்சிகள் மேற் கொள்ளப்பட்ட போதிலும் பெண் சிறுநீர் கழிப்பறைகள் ஜப்பானில் பிடிபடவில்லை. இந்த சாதனம் கூம்பு வடிவில் தரையில் வைக்கப்பட்டது.

இருப்பினும் அவை ஒரு போதும் மிகவும் பிரபலமாக இல்லை. மேலும் அவற்றில் சில மட்டுமே எஞ்சியுள்ளன. டோக்கியோவில் 1964 கோடைகால ஒலிம்பிக்கில் இருந்து இப்போது இடிக்கப்பட்ட தேசிய ஒலிம்பிக் ஸ்டேடியத்தின் அடியில் உள்ளவை உட்பட இது பரந்த அளவிலான கலாச்சாரங்களைச் சேர்ந்த மக்களுக்கு இடமளிக்க சேர்க்கப்பட்டது.

ஜப்பானில் தூய்மை மிகவும் முக்கியமானது. மேலும் சுத்தம் என்பதற்கான சில ஜப்பானிய வார்த்தைகள் அழகை விவரிக்க பயன்படுகிறது.

ஜப்பானிய நகரங்களில் அடிக்கடி நெரிசலான வாழ்க்கை நிலைமைகள் மற்றும் ஒரு பாரம்பரிய ஜப்பானிய வீட்டில் உள்ளே இருந்து பூட்டக் கூடிய அறைகள் இல்லாததால் தனியுரிமைக்கு அனுமதிக்கும் வீட்டிலுள்ள அறைகளில் கழிப்பறை ஒன்றாகும்.

சில கழிப்பறை அறைகள் புத்தக அலமாரியுடன் பொருத்தப் பட்டிருக்கும் மற்றவற்றில் மக்கள் செய்திதாளுடன் நுழையலாம்.

குளிப்பதற்கு தனி அறை இருக்கும். அசுத்தத்திலிருந்து தூய்மையைப் பிரிப்பதில் உள்ள நெறிமுறையே இதற்குக் காரணம்.

நவீன பாணி வாஷ்லெட்டுகளின் சுற்றுச்சூழல் தாக்கம் வழக்கமான ஃபிளஷ் கழிப்பறைகளிலிருந்து வேறுபடுகிறது. நவீன கழிப்பறைகள் பழைய கழிப்பறைகளை விட குறைவான தண்ணீரை பயன்படுத்துகின்றன. மேலும் சுயசுத்தம் செய்யும் விருப்பங்களும் சோப்பு அளவைக் குறைக்கின்றன.

சில கழிப்பறைகள் இருக்கையை புரட்டினால் ஃபிளஷ் செய்வதற்கான நீரின் அளவையும் மாற்றுகிறது. அவை குறைவான டாய்லெட் பேப்பரையும் பயன்படுத்துகின்றன. மறுபுறம் இந்த கழிப்பறைகள் ஆற்றலையும் பயன்படுத்துகின்றன.

கிராமப்புறங்களில் மிகக் குறைந்த அல்லது தண்ணீரைப் பயன்படுத்தாத கழிவறைகளும் வடிவமைக்கப்பட்டுள்ளன. இவை நிலநடுக்கங்களின்போது அவசரகால கழிப்பறைகளாகவும் கருதப்படுகின்றன.

சீனாவில் கழிவறைப் புரட்சி என்பது மெயின்லாந்தில் உள்ள சுகாதார நிலைமைகளை மேம்படுத்துவதை நோக்கமாகக் கொண்ட ஒரு அரசாங்க பிரச்சாரமாகும்.

2015 ஆம் ஆண்டில் சீன கம்யூனிஸ்ட் கட்சியின் பொதுச் செயலாளர் ஜி.ஜின்பிங் சுற்றுலா தலங்களில் உள்ள பொதுக் கழிப்பறைகளின் சுகாதார நிலைமைகளை சீனா மேம்படுத்தப் போவதாக அறிவித்தார்.

இது குறித்து வெளிநாட்டு பயணிகள் நீண்ட காலமாக புகார் அளித்தனர். 'கழிப்பறை புரட்சி' நுழைவு மாநில கவுன்சில் தகவல் அலுவலகத்தின் 2015 ஜி ஜின்பிங்கின் புதிய விதிமுறைகளின் அகராதி பிரச்சாரத்தை விளக்குகிறது.

விவசாய நவீனமயமாக்குதல் மற்றும் புதிய கிராமப்புற கட்டுமானத் துடன், உள்ளூர் அரசாங்கங்கள் கிராம மக்களுக்கு சுகாதாரமான கழிப்பறைகளை அணுகுவதை உறுதி செய்யும்.

2015 முதல் 2017 வரை சீனாவில் 68,000 பொது கழிப்பறைகள் கட்டப்பட்டுள்ளன. 2017 இல் கூடுதலாக 64,000 பொதுக் கழிப்பறை கட்டட திட்டமிடப்பட்டது. அதே ஆண்டில் பிரச்சாரம் புவியியல் ரீதியாக விரிவாக்கப்பட்டது.

மேலும் அதிகாரிகள் சீனாவின் கிராமப்புறங்களில் உள்ள சுகாதார மற்ற மற்ற நிலைகள் மலேரியா போன்ற நோய்களை பரப்புவதற்கு வழிவகுக்கும் என்றும் இது போன்ற பிரச்சனைகளுக்கு தீர்வு காண்பதே பிரச்சாரத்தின் நோக்கமாகும் என்றும் அரசு ஊடகங்கள் கூறின.

மேற்கத்திய நாடுகளில் பெரும் வரவேற்பை பெற்று வருகிறது 'சூழல் மேம்பாட்டுக் கழிவறை'.

குறைவான தண்ணீர் பயன்பாடு, துர்நாற்றம் இல்லாதது, சுகாதார மானது ஆகியவைதான் இதன் சிறப்பு.

இதில் மலம் கழிக்க ஒரு குழி. சிறுநீர் கழிப்பதற்கு ஒரு துவாரம் என்று தனித்தனியாக இருக்கும்.

சிறுநீர் வெளியேறும் துவாரத்துடன் குழாய் அமைத்து பானை யுடன் இணைத்திருப்பார்கள். பானையிலும் துவாரங்கள் இருக்கும். பானையில் சேகரிக்கப்படும் சிறுநீர் அந்த துவாரங்கள் வழியாக தோட்டத்துக்குப் பாயும்.

இத்தகைய கழிவறை அமைக்கும்போது தோட்டம் இருப்பது நல்லது. இல்லாதவர்கள் பானைகளுக்கு பதிலாக பிளாஸ்டிக் கேன் களை பயன்படுத்தலாம். ஆனால் எப்பொழுதும் அவை மூடியே இருக்க வேண்டும்.

கழிவறைக்குள்ளே மழைநீர் விழாதவாறு கூரை அமைக்க வேண்டும். கழிவறை உள்ளே வாளியோ அல்லது தண்ணீர் குழாயோ இருக்கக் கூடாது. வெளியில் இருந்து தான் ஒவ்வொரு தடவையும் தண்ணீர் எடுத்துச் செல்ல வேண்டும்.

மலம் கழித்தவுடன் மலக்குழியில் மரத்தூள், சாம்பல், மண், சுண்ணாம்புத்தூள் ஆகியவற்றில் ஏதோ ஒன்றை இரண்டு கைப்பிடி அளவு போட வேண்டும்.

இது நாளடைவில் எருவாகி விடும். இந்த எரு பாதுகாப்பானது என்று ஆய்வுகள் கூறுகிறது.

மேலும் இந்த எரு விவசாயத்துக்கு உரமாகவும் பயன்படுகிறது.

செப்டிக் டாங்க் கழிவறையைப் பயன்படுத்துபவர்கள் ஆறு, கால்வாய் என அனைத்து நீர் நிலைகளையும் அசுத்தப்படுத்து கின்றனர்.

மனிதக் கழிவுகளை பூமிக்குள் செலுத்துவதால் நிலத்தடி நீரும் கெட்டுப் போகிறது. இதனால் கொடிய நோய்கள் பரவுகிறது. இதற்கெல்லாம் ஒரே தீர்வு சூழல் மேம்பாட்டுக் கழிவறைதான். இந்தக் கழிவறையில் நிலத்தடி நீர் பாதுகாக்கப்படுவதுடன் செப்டிக் டேங்க் முறையும் அழிந்து போகும் என்கின்றனர் சூழலியல் ஆய்வாளர்கள்.